INSIGHT PUBLICA®

Nadakkavu, Kozhikode, Kerala
Tel:0495 4020666
www.insightpublica.com
e-mail: insightpublica@gmail.com

Srikrishnante Punchiri
(Malayalam Myth Stories)
Dr. S. Surendran Nair
First Edition: September 2020

ISBN 978-93-90404-09-4

ശ്രീകൃഷ്ണന്റെ പുഞ്ചിരി

(പുരാണ കഥകൾ)

ഡോ. എസ്. സുരേന്ദ്രൻ നായർ

INSIGHT PUBLICA ®

സമർപ്പണം

എന്റെ ജീവിത സഖി പ്രിയപ്പെട്ട ആശാലത,
പ്രിയപുത്രി ശ്രുതി. എസ്,
പുത്രസമാനനായ ജാമാതാവ് അഖിൽ ടി നായർ,
ദൗഹിത്രൻ മാസ്റ്റർ മഹാദേവ് എസ്.എ. നായർ
എന്നിവർക്ക്
സസ്നേഹം.

കുന്നന്താനം (പത്തനംതിട്ട ജില്ല) സ്വദേശി. വിദ്യാഭ്യാസം: എം.എ (ഹിന്ദി ഭാഷയും സാഹിത്യവും) -1984 എൻ.എസ്.എസ് ഹിന്ദുകോളേജ്, ചങ്ങനാശ്ശേരി. പി എച്ച്.ഡി. - കേരളസർവകലാശാല - 1995 (താരതമ്യപഠനം). ജോലി: റിട്ട. അസോ. പ്രൊഫസറും ഹിന്ദി വിഭാഗം അദ്ധ്യക്ഷനും (സെന്റ് സേവ്യേഴ്സ് കോളേജ്, തിരുവനന്തപുരം).

സെന്റ് സേവ്യേഴ്സ് കോളേജ് നാഷണൽ സർവീസ് സ്കീം പ്രോഗ്രാം ഓഫീസറായിരുന്നു. കോളേജ് പി.റ്റി.എ. സെക്രട്ടറിയായി 2 വർഷവും ജോയിന്റ് സെക്രട്ടറിയായി 1 വർഷവും പ്രവർത്തിച്ചു. അക്കാദമിക് പ്രവർത്തനങ്ങൾ: കേരളസർവകലാശാലയുടെയും കണ്ണൂർ സർവകലാശാലയുടേയും ബോർഡ് ഓഫ് സ്റ്റഡീസ് (ഹിന്ദി) അംഗമായിരുന്നു. യു.ജി.സി. കോഴ്സായ ബി.എ. ഫംഗ്ഷണൽ ഹിന്ദിയുടെ കോ- ഓർഡിനേറ്ററായിരുന്നു. കാര്യവട്ടത്തെ വിദൂരവിദ്യാഭ്യാസകേന്ദ്രത്തിനുവേണ്ടി പഠനസാമഗ്രികൾ തയ്യാറാക്കിയിട്ടുണ്ട്. വിവിധ വിദൂരവിദ്യാഭ്യാസ കേന്ദ്രങ്ങളിൽ ഗസ്റ്റ് അദ്ധ്യാപകനായി പ്രവർത്തിച്ചുവരുന്നു. യു.ജി.സിയുടെ മൈനനർ റിസർച്ച് പ്രൊജകട് പൂർത്തിയാക്കി. കേരള സർവകലാശാലയിൽ അംഗീകൃത റിസർച്ച് ഗൈഡായിരുന്നു.

ഹിന്ദിയിലും മലയാളത്തിലും കഥകൾ, കവിതകൾ, ലേഖനങ്ങൾ എന്നിവ പ്രസിദ്ധീകരിച്ചിട്ടുണ്ട്. തിരുവനന്തപുരം സെന്റ്സേവ്യേഴ്സ് കോളേജിന്റെ സുവർണ്ണജൂബിലി സ്മരണിക 'സുവർണ്ണസ്മൃതി' യുടെ (2015) ചീഫ് എഡിറ്റർ, ദേവനഗറിന്റെ 'ദേവാക്ഷരി' എന്ന പ്രസിദ്ധീകരണത്തിന്റെ ചീഫ് എഡിറ്റർ.

കൃതികൾ : *ഗുലേരി ഔർ കേസരി, ഹിന്ദി ഔർ മലയാളം കേ മിഥക് കാവ്യ, ശ്രീകൃഷ്ണ കാ സച്ന, പുരാണ കഥാമൃതം, ശ്രീകൃഷ്ണന്റെ സ്വപ്നം.*

പിതാവ്: ശ്രീ. മാധവൻ നായർ സി.കെ, മാതാവ്: ശ്രീമതി ജാനകിയമ്മ വി.പി, ഭാര്യ : ശ്രീമതി ആശാലത. കെ. (ഹയർസെക്കന്ററി ബോട്ടണി അദ്ധ്യാപിക-ഗവ.ഹയർസെക്കന്ററി സ്ക്കൂൾ, കുളത്തൂർ). മകൾ: ശ്രുതി എസ്. (ടി.ജി.ടി. ഇംഗ്ളീഷ്, കേന്ദ്രീയവിദ്യാലയ, നെല്ലൂർ.) മരുമകൻ: ശ്രീ അഖിൽ ടി. നായർ. (പിഎച്.ഡി സ്കോളർ, എൻ. ഐ. റ്റി, ട്രിച്ചി.) പൗത്രൻ: മാസ്റ്റർ മഹാദേവ് എസ്.എ. നായർ

മേൽവിലാസം : ശ്രാവണം, ദേവനഗർ -10,
കഴക്കൂട്ടം. പി.ഒ, തിരുവനന്തപുരം-695 582

ഫോൺ : 9496162590

ഡോ. എസ്. സുരേന്ദ്രൻ നായർ

ശ്രീകൃഷ്ണന്റെ പുഞ്ചിരി

നിലാവ് പരക്കും പോലെയാണ് മനുഷ്യന്റെ മുഖത്ത് പുഞ്ചിരി പരക്കുന്നത്. മനസ്സിൽ പ്രസാദം പുഷ്പിക്കുമ്പോൾ അത് മുഖത്ത് പുഞ്ചിരിയായി മാറുമെന്നു പറയാം. പുഞ്ചിരിയിൽ സാധാരണയായി നിഴലിക്കുന്നത് നിഷ്കളങ്കതയാണ്. എന്നാൽ എപ്പോഴും പുഞ്ചിരി ഒരു മനുഷ്യ മനസ്സിന്റെ ഭവ്യഭാവങ്ങളെ മാത്രം അടയാളപ്പെടുത്തണമെന്നില്ല. പുഞ്ചിരിയിൽ പല നിഗൂഢ ഭാവങ്ങളും ഉണ്ടാകാം. എന്തൊക്കെയാണെങ്കിലും ചുണ്ടിൽ പുഞ്ചിരി മായാതെ സൂക്ഷിക്കാൻ കഴിയുന്നവർ തീർച്ചയായും ഭാഗ്യവാന്മാരാണ്. അവർ അത്യന്തം ക്ഷമാശീലരുമായിരിക്കും. അത്തരക്കാരെ എളുപ്പത്തിൽ പ്രകോപിപ്പിക്കുവാൻ കഴിയില്ല. അവരുടെ ചിരിയുടെ അർഥതലങ്ങൾക്കേറെ വ്യാപ്തിയുണ്ടാകും.

'കരഞ്ഞുകൊണ്ടേ ജനിക്കുന്നു കരയിച്ചു കൊണ്ടേ മരിക്കുന്നു' എന്ന സാമാന്യ രീതിയിൽ നിന്ന് വ്യതിചലിച്ച ഒരു ജന്മമായിരുന്നല്ലോ ശ്രീകൃഷ്ണന്റേത്. കംസദൂതന്മാർ കാവൽ നിന്ന മഥുരയിലെ ജയിലിൽ പിറവിയെടുത്ത ബാലകൃഷ്ണൻ സ്വസ്ഥ ശിശുവിന്റെ ലക്ഷണമായ കരച്ചിൽ തന്റെ അവസ്ഥയ്ക്ക് യോജിച്ചതല്ലെന്ന് തിരിച്ചറിഞ്ഞു. പിന്നീട് ജീവിതത്തിലുടനീളം ശ്രീകൃഷ്ണൻ പുഞ്ചിരിയെ തന്റെ മുഖമുദ്രയായയണിഞ്ഞു. തന്റെ വംശനാശത്തിനു തന്നെ കാരണമായി മാറാവുന്ന ഗാന്ധാരീ ശാപത്തെപ്പോലും അദ്ദേഹം പുഞ്ചിരിയോടെയാണല്ലോ ഏറ്റുവാങ്ങിയത്. പുഞ്ചിരിയിലൂടെ കാര്യങ്ങൾ 'പറയാതെ പറയുക' എന്നൊരു ശൈലി ശ്രീകൃഷ്ണൻ ഫലപ്രദമായി ഉപയോഗിച്ചിരുന്നു. അത്തരത്തിലൊരു സന്ദർഭം ഈ രചനയിൽ ചിത്രീകരിച്ചിട്ടുണ്ട്. പരമരക്ഷകന്റെ സന്നിധിയിലായിരുന്നിട്ടു പോലും അരക്ഷിതാവസ്ഥ അനുഭവിക്കുന്ന തന്റെ ഭക്തരുടെ അവസ്ഥയോർക്കുമ്പോൾ ഭഗവാന്റെ ചുണ്ടിൽ എങ്ങനെ പുഞ്ചിരി

വിടരാതിരിക്കും. പുഞ്ചിരിയിലൂടെ ഭഗവാൻ മധുരമായ സന്ദേശമാണ് നല്കുന്നത്. പുരാണകഥകളിലുടനീളം ഇത്തരത്തിലുള്ള സന്ദേശങ്ങൾ കാണാം. ലളിതമായ കഥകളിലൂടെ ഗഹനമായ ജീവിത തത്വങ്ങൾ മധുരമായി അവതരിപ്പിക്കുന്ന കുറച്ചു പുരാണ കഥകൾ 'ശ്രീകൃഷ്ണന്റെ പുഞ്ചിരി'യോടൊപ്പം സഹൃദയ സമക്ഷം സാദരം സമർപ്പിക്കുന്നു.

ഡോ.എസ്.സുരേന്ദ്രൻ നായർ

കഴക്കൂട്ടം,

10/08/ 2020.

കഥകൾ

അമൃതവാഹിനി

പരമതത്വങ്ങൾ ലളിതമായി അവതരിപ്പിച്ചാൽ മാത്രമേ സാധാരണക്കാരുടെ മനസ്സിൽ അത് പച്ചപിടിച്ച് നിൽക്കുകയുള്ളൂ. സാധാരണ ജനത്തെ തീരെ സ്വാധീനിക്കുവാൻ കഴിയാത്ത തത്വങ്ങൾക്കോ, വിശ്വാസങ്ങൾക്കോ, സിദ്ധാന്തങ്ങൾക്കോ സമൂഹത്തിൽ നിലനില്പുണ്ടാകില്ല. അതുകൊണ്ട് പ്രപഞ്ച രഹസ്യങ്ങൾ ലളിതമായ കഥകളിലൂടെ അവതരിപ്പിക്കണമെന്ന് ഭാരതീയ ആചാര്യന്മാർ തീരുമാനിച്ചിരുന്നു. ആദ്ധ്യാത്മിക തത്വങ്ങളെ സാധാരണ ബുദ്ധിക്ക് ഉൾക്കൊള്ളാവുന്ന തരത്തിലാക്കി അവർ പുരാണങ്ങളിൽ ഉൾക്കൊള്ളിച്ചിരിക്കുന്നു. രസകരമായ കഥകളിലൂടെ പ്രപഞ്ച രഹസ്യങ്ങൾ അവതരിപ്പിച്ചാൽ സാധാരണക്കാരൻ അത് സ്വീകരിക്കുമെന്ന കാര്യം ഭംഗ്യന്തരേണ അവതരിപ്പിച്ചിരിക്കുന്ന കഥകൾ പുരാണത്തിലുണ്ട്. പത്മപുരാണത്തിൽ കഥയുടെ പ്രസക്തിയും മാഹാത്മ്യവുമെന്തെന്ന് വ്യക്തമാക്കുന്ന ഒരു കഥ കാണാം.

ഭൂലോക സഞ്ചാരത്തിനിടയിൽ നാരദമഹർഷി യമുനയുടെ തീരത്തെത്തി. അവിടെ ഒരു യുവതി രണ്ട് വൃദ്ധന്മാരെ ശുശ്രൂഷിച്ചുകൊണ്ടിരിക്കുന്നത് നാരദർ കണ്ടു. അബോധാവസ്ഥയിലായ വൃദ്ധന്മാരെ ഉണർത്തുവാൻ യുവതി പാടുപെടുകയായിരുന്നു. യുവതിയുടെ കഷ്ടപ്പാടുകണ്ട് ഋഷിയുടെ മനസ്സലിഞ്ഞു. അദ്ദേഹം അവരുടെ അടുത്തെത്തി. നാരദരെ കണ്ടപ്പോൾ യുവതി തന്റെ യാതനകൾ വിവരിച്ചു. പ്രശ്നപരിഹാരത്തിന് അദ്ദേഹത്തിന്റെ സഹായം തേടി.

യുവതിയുടെ പേര് ഭക്തി എന്നായിരുന്നു. കൂടെയുള്ള ജ്ഞാനിയെന്നും വൈരാഗിയെന്നും പേരുള്ള പുരുഷന്മാർ അവളുടെ മക്കളായിരുന്നു. അവർ മാതാവിനോടൊപ്പം ജന്മസ്ഥലമായ ദ്രാവിഡദേശം വിട്ട് പലദേശങ്ങളിൽ ചുറ്റിക്കറങ്ങി അവസാനം യമുനാതീരത്തെത്തി.

അവിടെവച്ച് ഭക്തിയുടെ രണ്ടു മക്കളും വൃദ്ധന്മാരായി. അമ്മ യുവതിയായിരിക്കുമ്പോൾ മക്കൾ വൃദ്ധരാകുക എന്നത് പ്രകൃതി വിരുദ്ധമാണല്ലോ? ഈ വൈരുദ്ധ്യം പരിഹരിക്കാൻ മാർഗ്ഗം കാണാതെ ഭക്തി ആകെ വലഞ്ഞിരിക്കുകയാണ്. നാരദരോട് പ്രശ്നപരിഹാരത്തിനായി ഇടപെടണമെന്ന് അവൾ വീണ്ടും വീണ്ടും ആവശ്യപ്പെട്ടു. ഭക്തിയുടെ ആവശ്യം നാരദർക്ക് നിരസിക്കാനായില്ല. അദ്ദേഹം ജ്ഞാനിയെയും വൈരാഗിയെയും വേദവേദാന്തസാരമൊക്കെ പറഞ്ഞു കേൾപ്പിച്ചു. പക്ഷേ, അതുകൊണ്ട് ഒരു ഫലവും ഉണ്ടായില്ല. തന്റെ വിദ്യകളൊന്നും അവരുടെ മുമ്പിൽ ഫലിക്കുന്നില്ലെന്നു ബോദ്ധ്യപ്പെട്ട നാരദർ അറിവുകൊണ്ട് നിത്യയൗവ്വനം പ്രാപിച്ചവരായ ബ്രഹ്മപുത്രന്മാരെ സ്മരിച്ചു. തളർന്നു വീണവന്റെ പ്രജ്ഞയെ ഉത്തേജിപ്പിക്കുവാൻ വേദവേദാന്തങ്ങൾ അവതരിപ്പിക്കുന്നതിനുപകരം അവർക്ക് ലളിതമായ കഥകൾ പറഞ്ഞുകൊടുക്കുന്നതാണ് നല്ലതെന്ന് ബ്രഹ്മപുത്രന്മാർ നാരദരോട് പറഞ്ഞു. അവരുടെ നിർദ്ദേശപ്രകാരം നാരദർ ഭക്തിപുത്രന്മാരെ ഭാഗവതം വായിച്ചു കേൾപ്പിച്ചു. പാരായണം ശ്രവിച്ച ആ വൃദ്ധന്മാർക്ക് യൗവ്വനം തിരികെ ലഭിച്ചു.

ലളിത പുരാണങ്ങളിലൂടെ വേദവേദാന്തസാരം ഫലപ്രദമായി ഭക്തരുടെ മനസ്സിലെത്തിക്കാൻ കഴിയുമെന്നും അതിലൂടെ അവർക്ക് ശാശ്വതാനന്ദം പകർന്നു നല്കുവാൻ കഴിയുമെന്നും ഈ കഥ നമ്മെ ബോദ്ധ്യപ്പെടുത്തുന്നു.

ദക്ഷിണേന്ത്യയിൽ നിന്നാണ് ഭക്തി പ്രസ്ഥാനം ഭാരതത്തിലെമ്പാടും വ്യാപിച്ചതെന്നും ആ വ്യാപനത്തിനു പിന്നിൽ ജ്ഞാനികളായ ഋഷികളേക്കാൾ ഫലപ്രദമായ യജ്ഞം നടത്തിയത് ജനകീയരായ കവികളും സാഹിത്യകാരന്മാരുമാണെന്നും ഇക്കഥ സൂചിപ്പിക്കുന്നു. കഥകൾ അമൃതവാഹിനികളാണ്. അവ മനുഷ്യന് അറിവ് പകരുക മാത്രമല്ല, അവന്റെ ആത്മാവിനെ പുനരുജ്ജീവിപ്പിക്കുകയും ചെയ്യുന്നു.

●

ശ്രീകൃഷ്ണന്റെ പുഞ്ചിരി

ശ്രീകൃഷ്ണൻ ദ്വാരകാപുരി എന്ന സുന്ദരദ്വീപിൽ സുന്ദരിമാരായ ഭാര്യമാരോടൊപ്പം കനകസിംഹാസനത്തിൽ വിരാജിക്കുകയായിരുന്നു. ശ്രീകൃഷ്ണ സന്നിധിയുടെ സുഖം നുകർന്ന് എല്ലാം മറന്നു നിന്ന ശ്രീകൃഷ്ണ പത്നിമാരും സാമന്ത രാജാക്കന്മാരും പരിജനങ്ങളും പെട്ടെന്നുണ്ടായ ഇടിമുഴക്കവും ചുഴലിക്കാറ്റും കണ്ട് ഭയവിഹ്വലരായി. കഠിനമായ ഇടിമുഴക്കത്തിന്റെ അകമ്പടിയോടെ കൊടിയ നാശം വിതയ്ക്കാൻ ശേഷിയുള്ള കൊടുങ്കാറ്റടിച്ചിട്ടും ശ്രീകൃഷ്ണൻ ശാന്തനും അക്ഷോഭ്യനുമായിരുന്നു. കൊടുങ്കാറ്റിനു നടുവിൽ ശാന്തനായി പുഞ്ചിരിച്ചിരിക്കുന്ന രാജനെ കണ്ടിട്ടും ചുറ്റുമുള്ളവരുടെ ഭീതിയകന്നില്ല. അവർ പരിഭ്രാന്തിയോടെ തങ്ങളുടെ രാജനെ ഉറ്റുനോക്കി. മിന്നലും ഇടിവെട്ടും കൊടുങ്കാറ്റും പെട്ടെന്ന് നിലച്ചു. അവിടെ ബ്രഹ്മർഷി നാരദർ പ്രത്യക്ഷനായി.

ശ്രീകൃഷ്ണനെ കണ്ടയുടൻ നാരദർ പറഞ്ഞു:-"അല്ലയോ പുരുഷോത്തമാ, ദേവതകളിൽ ഏറ്റവും ശ്രേഷ്ഠനും ധന്യനും അവിടുന്നു തന്നെയാണ്." ഭഗവാൻ എതിർത്തൊന്നും പറഞ്ഞില്ല. നാരദർ വീണ്ടും പറഞ്ഞു: "എന്റെ സംശയത്തിന് ഉത്തരം ലഭിച്ചിരിക്കുന്നു." സാമന്ത രാജാക്കന്മാരുൾപ്പെടെ അവിടെയുണ്ടായിരുന്നവർക്ക് ഈ പറഞ്ഞതിന്റെ പൊരുൾ പിടികിട്ടിയില്ല. അവർ ഭഗവാന്റെ അരികിലെത്തി നാരദൻ പറഞ്ഞതിന്റെ പൊരുളെന്തെന്ന് വിനീതരായി തിരക്കി. ഭഗവാൻ അവരുടെ സംശയ നിവാരണത്തിനായി നാരദരെ തന്നെ ചുമതലപ്പെടുത്തി.

അവിടെ കൂടിയിരുന്ന ആളുകളോട് നാരദർ ഒരു കഥ പറഞ്ഞു. ഒരു പ്രഭാതത്തിൽ ഞാൻ ഗംഗാനദിക്കരയിലൂടെ ഏകനായി സഞ്ചരിക്കുകയായിരുന്നു. പെട്ടെന്നാണ് മലപോലെ വലുതായ ഒരു ആമയെ ഞാൻ കണ്ടത്. അവൻ ഗംഗാ നദിയിൽ സ്വച്ഛന്ദം വിഹരിക്കുകയായിരുന്നു.

അവന്റെ ഭാഗ്യത്തിൽ എനിക്കസൂയ തോന്നി. ഞാനവന്റെ അരികിൽ ചെന്ന് സ്നേഹാദരങ്ങളോടെ അവനെ ചെറുതായി സ്പർശിച്ചിട്ടു പറഞ്ഞു- നിർഭയനായി പവിത്ര ഗംഗയിൽ മതിവരുവോളം നീന്തിത്തുടിക്കുവാൻ ഭാഗ്യം സിദ്ധിച്ച നീയെത്ര ധന്യനാണ്. നിന്നെപ്പോലെ ധന്യത കൈവരിച്ച ആരും തന്നെ ഈ ഭൂമിയിലുണ്ടാവില്ല. ആമ വലിയ വിനയത്തോടെ പറഞ്ഞു- "പ്രഭോ, ഞാൻ ധന്യനാകുന്നതെങ്ങനെ? എത്രയോ കാലമായി നിരവധി ആളുകൾക്ക് ജീവിതം നല്കിയ പുണ്യനദിയായ ഈ ഗംഗയാണ് യഥാർഥത്തിൽ ധന്യ." ആമ പറയുന്നതിൽ കാര്യമുണ്ടെന്ന് ബോധ്യപ്പെട്ട നാരദർ ഗംഗാദേവിയെ സമീപിച്ചു. "നിരവധി ആളുകളുടെ ജീവിതം പച്ച പിടിക്കുവാൻ കാരണക്കാരിയായ പുണ്യനദികളിൽ ശ്രേഷ്ഠയായ ഗംഗേ, നീയെത്ര ധന്യയാണ്. നീ പുണ്യാത്മാക്കളായ തപസ്വികളുടെ ആശ്രമ രക്ഷ ചെയ്യുന്നു. നീ സഹജരോടൊത്തൊരുമിച്ച് സമുദ്രത്തിന്റെ ഭാഗമാകുന്നു. ഗംഗ പറഞ്ഞു- "ബ്രഹ്മർഷേ, അവിടുത്തേക്ക് തെറ്റ് പറ്റിയിരിക്കുന്നു. ഈ ലോകത്ത് ആശ്ചര്യം വിടർത്തുന്ന നിത്യശോഭ പകരുന്ന, എന്നെപ്പോലെയുള്ള പതിനായിരക്കണക്കിന് നദികളെ ഉൾക്കൊള്ളുന്ന മഹാസമുദ്രത്തിന്റെ മുന്നിൽ ഞാൻ ആരുമല്ല." ഗംഗ പറഞ്ഞതിന്റെ പൊരുൾ ഉൾക്കൊണ്ട നാരദർ സമുദ്രത്തെ സമീപിച്ച് അതിന്റെ ധന്യതയെ പാടി പുകഴ്ത്തി. ശ്രദ്ധയോടെ എല്ലാം കേട്ടതിന് ശേഷം സമുദ്രം പറഞ്ഞു- "മുനേ, ഞാനീ പ്രശംസക്കൊന്നും അർഹനല്ല. എന്നെപ്പോലെയുള്ള പല സമുദ്രങ്ങൾക്കാധാരമായിട്ടുള്ള വസുന്ധരയാണേറെ ധന്യ." സമുദ്രത്തിന്റെ വാക്കുകൾ കേട്ട ഉടനെ നാരദർ ഭൂമിയോട് പറഞ്ഞു-"എല്ലാ ദേഹധാരികൾക്കും ജനനിയായ പൃഥ്വീ, നീയാണ് ധന്യ". ധേനു രൂപം ധരിച്ച പൃഥ്വി മുനിയോടു പറഞ്ഞു-" ദേവർഷീ, ഞാൻ ധന്യയൊന്നുമല്ല, ധന്യൻ എന്നെ താങ്ങി നിർത്തുന്ന ഭൂധരൻ എന്നുകൂടി പേരുള്ള പർവതമാണ്. ഇതു കേട്ട നാരദർ പർവതങ്ങളെ പ്രശംസിച്ചു. ഭൂമിക്കും സമുദ്രത്തിനും മർത്ത്യലോകത്തിനും കാവൽ നില്ക്കുന്ന നീയാണേറെ ധന്യൻ. "മർത്ത്യലോകമെന്ന ഏറ്റവും അത്ഭുതകരമായ സൃഷ്ടി നടത്തിയ താങ്കളുടെ പിതാവിനോളം ധന്യനായ മറ്റൊരാളുണ്ടാവില്ല." തന്റെ പിതാവിനെ പർവതങ്ങൾ സ്തുതിക്കുന്നത് കേട്ട് സന്തുഷ്ടനായ നാരദർ ബ്രഹ്മാവിനരികിലെത്തിയിട്ട് പറഞ്ഞു- "സമസ്ത സൃഷ്ടിക്കും കാരണഭൂതനായ അങ്ങയെപ്പോലെ ധന്യനായ ഒരാൾ പ്രപഞ്ചത്തിൽ ഇല്ലായെന്ന് ഞാൻ ദൃഢമായി വിശ്വസിക്കുന്നു." എന്റെ മാനസപുത്രാ, സർവസൃഷ്ടാവായ എന്നെ സൃഷ്ടിച്ചതാരെന്നറിയില്ലേ? എന്റെ ഇരിപ്പിടം എവിടെയാണ്? എന്റെ ഇരിപ്പിടമായ കമലദളം വിരിഞ്ഞതെവിടെ?

എന്റെ ആധാരമായ മൃണാളത്തെ നിലനിർത്തുന്നതാരാണ്? പരിപാലിക്കപ്പെടാത്ത സൃഷ്ടികൊണ്ടാർക്കെന്തു ഗുണം? അതുകൊണ്ട് എല്ലാം പരിപാലിക്കുന്നവനാണ് ഏറ്റവും ധന്യൻ. എല്ലാവരെയും പരിപാലിക്കുന്ന വ്യാപനശീലനായ വിഷ്ണുവിനോളം ധന്യനായിട്ടാരാണുള്ളത്? ആരും തന്നെയില്ല. ശ്രീകൃഷ്ണൻ അപ്പോഴും ചിരിച്ചുകൊണ്ടിരുന്നു. അവിടുത്തെ പുഞ്ചിരിയിൽ എല്ലാവർക്കുമുള്ള മറുപടി അടങ്ങിയിരിക്കുന്നു. ലോകപരിപാലകന്റെ സന്നിധിയിലിരുന്നിട്ടും ഇടിമുഴക്കം കേട്ടു പരിഭ്രമിച്ച തങ്ങളാണോ ശ്രീകൃഷ്ണന്റെ പുഞ്ചിരിക്ക് കാരണക്കാരെന്ന് സാമന്ത രാജാക്കന്മാരും പരിജനങ്ങളും ചിന്തിച്ചു. സർവചരാചരങ്ങൾക്കും നാഥനായ ഭഗവാന്റെ സന്നിധിയിൽ കഴിഞ്ഞിട്ടും ഭയവിഹ്വലരാകുന്ന മനുഷ്യന്റെ മനസ്സിന് അവലംബമേകുന്നതാരെന്ന ചിന്ത നാരദരെ അലട്ടി.

ആരെയും പരിപാലിക്കുന്നുവെന്ന ഭാവമില്ലാതെ എല്ലാവരേയും പരിപാലിക്കുന്ന, നിശ്ശബ്ദനായി തന്റെ കർത്തവ്യങ്ങൾ കൃത്യമായി ചെയ്യുന്ന മഹാവിഷ്ണുവിന്റെയും അദ്ദേഹത്തിന്റെ അവതാരമായ ശ്രീകൃഷ്ണന്റെയും മാഹാത്മ്യം വരച്ചു കാട്ടുന്ന വിഷ്ണു പുരാണത്തിലെ ഈ കഥയിൽ പുഞ്ചിരിയുടെ മഹത്വവും ചിത്രീകരിക്കപ്പെട്ടിരിക്കുന്നു. പുഞ്ചിരി പലപ്പോഴും വശ്യമാണ്. ചിലപ്പോഴത് ചിന്തോദ്ദീപകമായ നിഗൂഢത പേറുന്നുമുണ്ടാകും. മറ്റുചിലപ്പോഴത് മനസ്സിന്റെ ഭാവങ്ങളെ കരുതലോടെ കാത്തു സൂക്ഷിക്കുന്ന കവചമാകും. അപൂർവം സന്ദർഭങ്ങളിലത് ഒരുവന്റെ മനസ്സിന്റെ ഭാവങ്ങൾക്കൊരു പ്രത്യേക ദാർശനിക ചാരുതയേകും. ഒരു പുഞ്ചിരി കൊണ്ടുമാത്രം ഓരായിരം പ്രപഞ്ച തത്വങ്ങളെ ഇതൾവിരിച്ചു കാട്ടുവാൻ ശ്രീകൃഷ്ണനെപ്പോലുള്ള യോഗീശ്വരന്മാർക്കു മാത്രമേ കഴിയൂ.

●

അവലംബം-വിഷ്ണുപുരാണം.

പക്ഷിയും വേടനും

ഒരു വേട്ടക്കാരൻ വനത്തിൽ വലവിരിച്ച് പക്ഷികളെ പിടിച്ചുകൊണ്ടിരിക്കുകയായിരുന്നു. തണുപ്പുകാലമായിരുന്നതുകൊണ്ട് വിചാരിച്ചത്ര വേഗത്തിൽ പക്ഷികളെ വലയിൽ വീഴ്ത്താൻ അയാൾക്ക് സാധിച്ചില്ല. എങ്കിലും കുറെ പക്ഷികൾ അയാളുടെ വലയിൽ കുടുങ്ങി. ഇപ്രകാരം ബന്ദികളാക്കപ്പെട്ട പക്ഷികളിൽ ഒരു മാടപ്രാവും ഉണ്ടായിരുന്നു. നായാട്ട് കഴിഞ്ഞപ്പോഴേക്കും സന്ധ്യമയങ്ങി. തന്റെ കുടിലിലെത്താൻ ഏറെ സമയം വേണ്ടി വരുമെന്നയാൾക്ക് അറിയാമായിരുന്നു. വനത്തിലെ വഴികളൊക്കെ സുപരിചിതമെന്നു കരുതിയിരുന്ന വേടന് മഞ്ഞുവീഴ്ചയും ഇരുട്ടും കാരണം വഴി തെറ്റി. കലശലായ വിശപ്പും തണുപ്പും അയാളെ ഏറെ തളർത്തി. തണുപ്പുകൊണ്ട് വിറച്ചു വിറച്ചു വീണ അയാൾ വളരെ കഷ്ടപ്പെട്ട് ഒരു മരത്തിന്റെചുവട്ടിൽ അഭയം പ്രാപിച്ചു. യാദൃച്ഛികമെന്നു പറയട്ടെ, ബന്ധിതയായ മാടപ്രാവിന്റെ കൂട് അതേ വൃക്ഷത്തിലായിരുന്നു. തന്റെ പ്രേയസിയെ ഏറെ നേരമായി കാണാതിരുന്നതുകാരണം ഇണപ്രാവ് ആ കൂട്ടിലിരുന്ന് ദീനദീനം വിലപിക്കുകയായിരുന്നു. പ്രിയതമന്റെ സ്വരം തിരിച്ചറിഞ്ഞ മാടപ്രാവ് പറഞ്ഞു- "നാഥാ, ഞാൻ വേടനോടൊപ്പം ഈ മരച്ചുവട്ടിലുണ്ട്. തന്റെ പ്രിയതമയെ തടവിലാക്കിയ വേടനെ അവൻ ഭത്സിച്ചു. അപ്പോൾ മാടപ്രാവ് വിളിച്ചു പറഞ്ഞു-" എന്നെ കൂട്ടിലടച്ചവനാണെങ്കിലും ഈ വേടൻ നമ്മുടെ കൂടിനരികെ അറിയാതെയാണെങ്കിലും വന്നെത്തിയിരിക്കുകയാണ്. ദുഷ്ടനാണെങ്കിലും ഇയാൾ ഇപ്പോൾ നമ്മുടെ അതിഥിയാണ്. വിശന്നു വലഞ്ഞ് തണുത്തുമരവിച്ചു വീണ ഇയാൾക്ക് സ്വന്തം വീട്ടിലെത്താൻ കഴിയുന്നില്ല. പ്രിയപ്പെട്ടവരോടൊപ്പം ചേരാൻ വെമ്പുന്ന ഇയാളെ സഹായിക്കാൻ ഇപ്പോൾ നമ്മളല്ലാതെ വേറെ ആരും ഇല്ല. 'അതിഥിദേവോ ഭവ' എന്നു കരുതി പ്രവർത്തിക്കുക." ശത്രുവാണെന്നു കരുതി അതിഥിയെ അവഗണിക്കുന്നത് നമ്മുടെ ഉദാത്തമായ

പാരമ്പര്യത്തിന് ചേർന്നതല്ല. അതിഥി രൂപത്തിൽ നമ്മുടെയടുത്തെത്തുന്നത് ദേവത അഥവാ പിതൃക്കളാണ്. ദേവതയോ പിതൃക്കളോ നമ്മുടെ ഭവനത്തിൽ നിന്നും നിരാശരായി മടങ്ങിയാൽ നമ്മൾ പാപികളായി മാറും. അതുകൊണ്ട് അതിഥിയായ ഈ വേടനെ സേവിക്കുകയെന്നത് നമ്മുടെ ധർമ്മം മാത്രമാണ്.

പ്രിയതമയുടെ ഉദാത്ത ചിന്തയിൽ ആകൃഷ്ടനായ ആൺ പ്രാവ് വേടനോട് പറഞ്ഞു-"വേടനാണെങ്കിലും അതിഥിയായ നിങ്ങൾക്കു വേണ്ടതെല്ലാം ഞാനൊരുക്കാം. നിങ്ങൾ പരിഭ്രമിക്കേണ്ടതില്ല. അല്പ സമയത്തിനകം നിങ്ങളുടെ വിശപ്പും തണുപ്പും അകറ്റാൻ വേണ്ടത് ഞാൻ ചെയ്തു തരാം. ഇത്രയും പറഞ്ഞിട്ട് പറന്നുപോയ പ്രാവ് അല്പ സമയത്തിനുള്ളിൽ ഒരു തീക്കൊള്ളിയുമായെത്തി. ചെറുവിറകുകൾ അടുക്കിയിട്ട് അവൻ അതിന് തീയിട്ടു. തീ ആളിക്കത്തിയപ്പോൾ വേടൻ കഠിനമായ തണുപ്പിൽ നിന്നും മുക്തനായി. അവന് ജീവൻ തിരിച്ചു കിട്ടിയതു പോലെ തോന്നി. ഇനി അയാൾക്ക് വേണ്ടത് ഭക്ഷണമാണ്. "ഭക്ഷണം ഇതാ" എന്നു പറഞ്ഞുകൊണ്ട് പ്രാവ് അഗ്നിയിൽ പ്രവേശിച്ചു. അതിഥി സൽക്കാരത്തിനായി പ്രാണാർപ്പണം നടത്തിയ പ്രാവിന്റെപ്രവൃത്തി കണ്ട് വേടൻ ഞെട്ടുങ്ങി. ഇത്തരം മഹത്തുക്കളെയാണല്ലോ താൻ ഹനിക്കാൻ ഒരുങ്ങിയതെന്നോർത്ത് അയാൾ സങ്കടപ്പെട്ടു. മാടപ്രാവിനെ വേടൻ ഉടനെ മോചിപ്പിച്ചു. തന്റെ പ്രിയതമന്റെ ഉദാത്ത പ്രവൃത്തികൾക്ക് സാക്ഷ്യം വഹിച്ച മാടപ്രാവ് സ്വതന്ത്ര ആയ ഉടൻ തന്നെ പ്രിയതമനെ പിന്തുടർന്ന് അതേ അഗ്നിയിൽ പ്രവേശിച്ചു. ഇതെല്ലാം കണ്ട് അന്തം വിട്ടിരുന്ന വേടന്റെ മുൻപിൽ ഒരു ദിവ്യജ്യോതി പ്രത്യക്ഷപ്പെട്ടു. നിസ്വാർഥമായി അതിഥിസേവ നിർവഹിച്ച കപോത ദമ്പതികൾ ദിവ്യരൂപം കൈവരിച്ചിരിക്കുന്നു. വേടൻ ഉടൻ തന്നെ അവരുടെ കാൽക്കൽ വീണ് തനിക്ക് മുക്തി മാർഗ്ഗം ഉപദേശിച്ചു തരണമെന്ന് പ്രാർഥിച്ചു. ഒരു മാസം തുടർച്ചയായി ഗോദാവരീ നദിയിൽ മുങ്ങി കുളിച്ചാൽ നിങ്ങൾക്ക് മോക്ഷം ലഭിക്കുമെന്നവർ അനുഗ്രഹിച്ചു.

കപോത യുഗ്മങ്ങൾ പറഞ്ഞതനുസരിച്ച് ഗോദാവരീ സ്നാനം നടത്തിയ വേടൻ പാപമുക്തനായി സ്വർഗ്ഗം പ്രാപിച്ചു. ഗോദാവരീ തീരത്തുള്ള പ്രസ്തുത സ്ഥലം ഇന്ന് 'കപോത തീർഥം' എന്ന പേരിൽ പ്രസിദ്ധമാണ്. ഗോദാവരീ നദിയുടെ മാഹാത്മ്യവും പുണ്യവും വർണ്ണിക്കുന്ന ഈ കഥയിൽ മനുഷ്യനും പ്രകൃതിയും തമ്മിലുള്ള അഭേദ്യമായ ബന്ധത്തെ പറ്റി പറയുന്നു.

●

അവലംബം- ബ്രഹ്മപുരാണം.

വിഷ്ണുദൂതർ

ബ്രാഹ്മണകുമാരന്മാരായ സുവ്യത്തനും വ്യത്തനും ഇരട്ട സഹോദരന്മാരായിരുന്നു. സുശീലൻ എന്ന ഇവരുടെ സാത്വികനായ പിതാവ് മക്കളെ വൈദിക ചിട്ടകളും ആധ്യാത്മിക കാര്യങ്ങളും ശരിയായി അഭ്യസിക്കുന്നതിനായി ഒരു നല്ല ഗുരുകുല ത്തിലയച്ചു. ഗുരുകുല വിദ്യാഭ്യാസം കഴിഞ്ഞ് വിജയശ്രീലാളിതരായി തിരിച്ചെത്തിയ ഇവരെ പിതാവ് ലോകപരിചയം നേടുന്നതിനും പ്രായോഗിക വിദ്യ അഭ്യസിക്കുന്നതിലേക്കുമായി ഒരു ദേശാടന ത്തിനായയച്ചു. ദേശാടനത്തിനിടെ ഇരുവരും പ്രയാഗിലെത്തി. ആ സമയത്ത് അവിടെ ഭാദ്രമാസത്തിലെ കൃഷ്ണാഷ്ടമിയോടനുബന്ധിച്ചുള്ള ആഘോഷങ്ങൾ അരങ്ങേറുകയായിരുന്നു. കൃഷ്ണാഷ്ടമി ദിനത്തിൽ പ്രയാഗിലെ പ്രസിദ്ധമായ ഒരു ശ്രീകൃഷ്ണക്ഷേത്രത്തിൽ ദർശനം നടത്തണമെന്ന് സുവ്യത്തനും വ്യത്തനും തീരുമാനിച്ചു. അങ്ങനെ കൃഷ്ണാഷ്ടമി ദിനം വന്നെത്തി. രാത്രി ഇരുവരും ശ്രീകൃഷ്ണക്ഷേത്രത്തി ലേക്ക് പുറപ്പെട്ടു. യാത്രാമദ്ധ്യേ പൊടുന്നനെ കനത്ത മഴ പെയ്തു. മഴയിൽ നിന്നും രക്ഷപ്പെടുവാനായി ഇരുവരും അടുത്തു കണ്ട വീട്ടി ലേക്കോടിക്കയറി. ഒരു സുന്ദരിയായ സ്ത്രീ അവരെ വീടിനകത്തേക്ക് സ്വാഗതം ചെയ്തു. കുറച്ചു കഴിഞ്ഞപ്പോൾ അതൊരു വേശ്യാഗൃഹമാ ണെന്നവർക്ക് മനസ്സിലായി. സുന്ദരിയുടെ പ്രലോഭനത്തിൽപെട്ട സുവ്യത്തൻ സഹോദരനോട് പറഞ്ഞു- “കൃഷ്ണാഷ്ടമി നമുക്ക് എല്ലാ വർഷവും ആഘോഷിക്കുവാൻ കഴിയും. എന്നാൽ ജീവിതത്തിൽ ആനന്ദിക്കുവാനുള്ള അവസരം ഇതുപോലെ എപ്പോഴും ലഭിക്കില്ല. അതുകൊണ്ട് ഈ രാത്രി നമുക്കിവിടെ കഴിയാം. അടുത്ത വർഷം നമു ക്കൊരുമിച്ച് തീർച്ചയായും ജന്മാഷ്ടമിക്ക് ക്ഷേത്രത്തിൽ പോകാം.” വ്യത്തന് സഹോദരന്റെ നിർദ്ദേശം ഇഷ്ടപ്പെട്ടില്ല. അവൻ അയാളെ ശാസിച്ചിട്ട് ക്ഷേത്രത്തിൽ പോയി.

വ്യത്തൻ ശ്രീകൃഷ്ണക്ഷേത്രത്തിലെത്തി അവിടുത്തെ ചടങ്ങുകളിൽ പങ്കെടുത്തു. എല്ലാ ചടങ്ങുകളിലും പങ്കെടുത്തെങ്കിലും അയാളുടെ മനസ്സിൽ ഭഗവാന്റെരൂപം പതിഞ്ഞതേയില്ല. ആ മനസ്സിൽ ജന്മാഷ്ടമിയിൽ പങ്കെടുക്കുകയാണെന്ന തോന്നൽ പോലുമുണ്ടായില്ലെന്നതാണ് വാസ്തവം. സുവൃത്തനോടൊപ്പം കഴിയുന്ന ആ മനോഹരിയുടെ രൂപമാധുര്യം അയാളുടെ മനസ്സിനെ വല്ലാതെ അലട്ടി. സഹോദരനോടയാൾക്ക് കടുത്ത അസൂയ തോന്നി. സുവൃത്തന് കൈവന്നിരിക്കുന്ന അസുലഭ സൗഭാഗ്യത്തെപ്പറ്റിയും തനിക്കു പറ്റിയ അമളിയെപ്പറ്റിയും ചിന്തിച്ചുകൊണ്ടിരുന്ന വൃത്തന് നഷ്ടബോധം മാത്രമേ ഉണ്ടായുള്ളൂ. ഭഗവദ്സന്നിധിയിലാണെന്ന ബോധമില്ലാതെ തന്നെ അവൻ ഭഗവാൻ മാധവന്റെ ദർശനം, പൂജ, കഥാകഥനം, സ്തുതി എന്നിവയൊക്കെ നിർവഹിച്ചു. ഭഗവാന് അഭിഷേകം നടക്കുമ്പോൾ വൃത്തന്റെ മനസ്സ് മഴയത്തു കയറി നിന്ന വീട്ടിലെ സുന്ദരിയെ അമൃതാഭിഷേകം ചെയ്തുകൊണ്ടിരുന്നു.

സുവൃത്തന്റെ മാനസികാവസ്ഥ മറ്റൊരു തരത്തിലായിരുന്നു. മാധവസേവയ്ക്കു വന്ന താൻ പ്രിയ സഹോദരനെപ്പോലും ഉപേക്ഷിച്ച് ഒരു വേശ്യാഗൃഹത്തിൽ രാത്രി കഴിച്ചുകൂട്ടുകയാണ്. താനെത്ര അധമനാണ്! സോദരനിപ്പോൾ മാധവവ ദർശനത്തിലൂടെ, അർച്ചനയിലൂടെ, പൂജയിലൂടെ, ഭഗവദ്കഥാകഥനത്തിലൂടെ, ഭഗവദ്സ്തുതിയിലൂടെ അനവദ്യമായ അനുഭൂതി കൈവരിക്കുകയായിരിക്കും. അഷ്ടമിയുടെ നിറവിൽ നില്ക്കുന്ന മാധവരൂപം എത്ര മോക്ഷപ്രദമാണ്. ആ ദിവ്യരൂപം മനസ്സിൽ പതിഞ്ഞാൽ പിന്നെ ശോകമെന്തെന്നാരറിയും! ഇത്തരത്തിൽ ഭഗവാനിൽ അർച്ചിതമായ മനസ്സോടെ വേശ്യാഗൃഹത്തിൽ കഴിഞ്ഞ സുവൃത്തനും കൃഷ്ണാഷ്ടമിയിൽ കൃഷ്ണവിഗ്രഹത്തിന്റെ മുമ്പിൽ നിന്ന് വേശ്യാസ്ത്രീയുടെ രൂപത്തെ മനസ്സിൽ ആവാഹിച്ച വൃത്തനും കടുത്ത നഷ്ടബോധത്തിലായിരുന്നു. സുന്ദരിയായ യുവതിയോടൊപ്പം കഴിയുമ്പോഴും സുവൃത്തന്റെ മനസ്സിൽ പീലിവിരിച്ചു നിന്നത് സുന്ദരമായ ശ്രീകൃഷ്ണ രൂപമായിരുന്നു. അലഭ്യമായതിനെപ്പറ്റിയുള്ള വ്യാകുലചിന്ത നിമിത്തം ലഭ്യമായത് ആസ്വദിക്കുവാൻ ഇരുവർക്കും കഴിഞ്ഞതുമില്ല. ഇരുവരും നിദ്രാവിഹീനരായി രാത്രി തള്ളി നീക്കി. പിറ്റേദിവസം സഹോദരന്മാർ ഇരുവരും ഒരുമിച്ച് വീട്ടിലേക്ക് മടങ്ങി. യാത്രാമദ്ധ്യേ ഘോരമായ ഇടിമിന്നലും മഴയുമുണ്ടായി. അഭയമരുളാൻ അടുത്തെങ്ങും വീടുകളുണ്ടായിരുന്നില്ല. അവർ പണിപ്പെട്ട് മുൻപോട്ടുപൊയ്ക്കൊണ്ടിരുന്നു. പെട്ടെന്നാണതു സംഭവിച്ചത്. ശക്തമായ ഒരു മിന്നലിന്റെ ആഘാതത്തിൽ ഇരുവരും നിലംപതിച്ചു. രണ്ട് യമദൂതന്മാരും ഒപ്പം രണ്ട് വിഷ്ണുദൂതന്മാരും അവിടെ

പ്രത്യക്ഷപ്പെട്ടു. വിഷ്ണുദൂതന്മാർ ദിവ്യ വിമാനത്തിലാണെത്തിയിരിക്കുന്നത്. സാത്വികനായ തന്റെ സഹോദരൻ വൃത്തന് ഇവരുടെ ദിവ്യവിമാനത്തിലേറി പുണ്യലോകത്തിലെത്താം. വേദവും വേദാന്തവുമൊക്കെ പഠിച്ചെങ്കിലും മനോനിയന്ത്രണം നഷ്ടപ്പെട്ട തനിക്ക് ഘോരന്മാരായ യമദൂതന്മാരോടൊപ്പം ഭയാനകമായ നരകത്തിൽ പോകേണ്ടി വരും. ജന്മാഷ്ടമി ദിനത്തിൽ ഭഗവാനെ വെടിഞ്ഞ് വേശ്യാഗൃഹത്തിൽ കഴിഞ്ഞതിന്റെ പാപത്തിൽ നിന്നും തനിക്കൊരിക്കലും മോക്ഷം ലഭിക്കില്ല. കുറ്റബോധംകൊണ്ടിനിയെന്തു കാര്യം. സുവൃത്തൻ തന്റെ വിധിയെ വരവേല്ക്കാൻ മാനസികമായി തയ്യാറായി. യമദൂതന്മാർക്ക് ആളു മാറിപ്പോയിയെന്ന് തോന്നുന്നു. അവർ വൃത്തനെ പിടിച്ചുകൊണ്ടുപോയെന്ന് മാത്രമല്ല, അവർ അവനെ പീഡിപ്പിക്കുകയും ചെയ്യുന്നു. സുവൃത്തനെ വിഷ്ണുദൂതന്മാർ ദിവ്യ വിമാനത്തിലേക്ക് സാദരം കൂട്ടിക്കൊണ്ടുപോയി. അത് അവിശ്വസനീയമായി തോന്നിയതു കൊണ്ട് അയാൾ വിഷ്ണുദൂതരോട് ചോദിച്ചു: "നിങ്ങൾക്ക് ആൾ മാറിപ്പോയിട്ടില്ലായെന്ന് ഉറപ്പുണ്ടോ? കൃഷ്ണാഷ്ടമി ദിനത്തിൽ കൃഷ്ണക്ഷേത്രത്തിലെത്തി ദർശനം നടത്തി അർച്ചന കൊണ്ടും സ്തുതികൊണ്ടും കഥാകഥനം കൊണ്ടും ഭഗവാനെ സന്തോഷിപ്പിച്ചത് എന്റെ സഹോദരനായ ആ വൃത്തനാണ്. ഇത്രയൊക്കെ ചെയ്തിട്ടും എന്റെ സഹോദരൻ യമദൂതന്മാരാൽ പീഡിപ്പിക്കപ്പെടുന്നതെന്തു കൊണ്ടാണ്." വിഷ്ണുദൂതന്മാർ പുഞ്ചിരിച്ചുകൊണ്ട് സുവൃത്തനെ കാര്യങ്ങൾ ധരിപ്പിച്ചു. പ്രയാഗിലെ കൃഷ്ണക്ഷേത്രത്തിലെത്തിയ വൃത്തന്റെ മനോദശയുടെ ഏകദേശരൂപം അപ്പോഴാണ് സഹോദരന് പിടികിട്ടുന്നത്. വിഷ്ണുദൂതരിൽ നിന്ന് സുവൃത്തൻ കൂടുതൽ കാര്യങ്ങൾ മനസ്സിലാക്കി. പ്രാർഥനയും ഭക്തിയും ഭാവപ്രധാനമാണ്. ഏകാഗ്രമായ മനസ്സിലുണ്ടാകുന്ന ശുദ്ധമായ ഭക്തിഭാവമാണ് ഉദാത്തമായിട്ടുള്ളത്. ആ ഭാവം കൈവരിക്കാൻ ക്ഷേത്രം തന്നെ വേണമെന്ന് നിർബന്ധമില്ല. ഏതു സ്ഥലത്തു നിന്നുകൊണ്ടും ഭക്തന് ശുദ്ധമനസ്സോടെ തന്റെഭാവങ്ങൾ ഭഗവാനിൽ സമർപ്പിക്കുവാൻ കഴിയും. അതുകൊണ്ടാണ് താങ്കൾക്ക് ദിവ്യരഥം ലഭ്യമായത്. ഭക്തി എന്നത് ബാഹ്യമായ ആചരണങ്ങളല്ല. അത് ആന്തരികമായ സമർപ്പണമാണ്. ശുദ്ധ ഹൃദയത്തോടെ ഈശ്വരനിൽ ഹൃദയം സമർപ്പിക്കുന്നവർക്ക് ദിവ്യാനുഭവങ്ങൾ പ്രാപ്തമാകും.

●

അവലംബം- വായുപുരാണം.

മാധവിയും മക്കളും

ഗുരുപറയുന്നതെല്ലാം അപ്പടി അനുസരിക്കുകയെന്നത് ശിഷ്യന്റെ ഉദാത്ത ഗുണമായി കരുതപ്പെടുന്നു. എന്നാൽ ഗുരു തമാശ പറഞ്ഞാൽ അത് തമാശയായി കാണുവാൻ ശിഷ്യന് കഴിയേണ്ട താണ്. പക്ഷേ, എല്ലാ ശിഷ്യന്മാർക്കും അപ്രകാരം ചെയ്യുവാൻ കഴി ഞ്ഞിട്ടില്ല. ഗാലവൻ വിശ്വാമിത്രന്റെ പുത്രനും ശിഷ്യനുമായിരുന്നു. ഒരിക്കൽ തപസ്സിനായി പുറപ്പെട്ട വിശ്വാമിത്രന്റെ ഭാര്യയും മക്കളും അരുണൻ എന്ന രാജാവിന്റെ രാജ്യത്ത് താമസിക്കുകയായിരുന്നു. അരുണരാജാവിന്റെ മകൻ സത്യവ്രതൻ (പിൽക്കാലത്ത് ത്രിശങ്കു എന്നപേരിൽ പ്രസിദ്ധനായി) യുവാവായിരുന്നപ്പോൾ ഒരു ബ്രാഹ്മണ പുത്രിയെ കല്യാണപന്തലിൽ നിന്നും അപഹരിച്ചു. ദുഷ്ടനായ മകനെ രാജാവ് കൊട്ടാരത്തിൽ നിന്നും പുറത്താക്കി. സത്യവ്രതൻ കൊട്ടാരം വിട്ടതിനുശേഷം നാട്ടിൽ അനിഷ്ട സംഭവങ്ങൾ വർദ്ധി ച്ചുവന്നു. പന്ത്രണ്ടു വർഷത്തേയ്ക്ക് അവിടെ മഴ ഉണ്ടായില്ല. രാജ്യത്ത് കടുത്ത ക്ഷാമം ബാധിച്ചു. വിശ്വാമിത്രൻ കൗശിലീ നദീതീരത്ത് തപസ്സിനുപോയപ്പോൾ അദ്ദേഹത്തിന്റെ ഭാര്യയും സന്താനങ്ങളും അരുണന്റെ രാജ്യത്ത് ഏറെ വിഷമിച്ചാണ് കഴിഞ്ഞുകൂടിയിരുന്നത്. ക്ഷാമം ബാധിച്ച് ആഹാരത്തിന് മാർഗ്ഗമില്ലാതെ അവർ ബുദ്ധിമുട്ടി. സ്വന്തം കുഞ്ഞുങ്ങളുടെ കഠിനമായ വിശപ്പുകണ്ട് നിസ്സഹായയായ ആ സ്ത്രീ ഒരു പുത്രനെ വിറ്റുകിട്ടുന്ന പണംകൊണ്ട് മറ്റു കുട്ടികളെ പോറ്റാൻ തീരുമാനിച്ചു. ഈ കടുത്ത തീരുമാനം നടപ്പിലാക്കുവാ നായി അവർ ഒരു കുട്ടിയുടെ കഴുത്തിൽ ദർഭകൊണ്ടു പിരിച്ച കയറിട്ട് വിൽക്കുവാനായി ചന്തയിലേയ്ക്ക് കൊണ്ടുപോയി. അമ്മയും കുഞ്ഞും വഴിനീളെ കരഞ്ഞുകൊണ്ടിരുന്നു. വഴിയിൽ വച്ച് സത്യവ്രതൻ അവരെ കണ്ടു. കാര്യങ്ങളെല്ലാം അന്വേഷിച്ചു. പട്ടിണിനിമിത്തം കുട്ടിയെ വില്ക്കേണ്ടതില്ലെന്നും അവന്റെ അച്ഛൻ വരുന്നതുവരെ

നിങ്ങൾക്കുള്ള ആഹാരം ഞാൻ തന്നുകൊള്ളാമെന്നും സത്യവ്രതൻ അവരെ അറിയിച്ചു. കുട്ടിയുടെ ഗളത്തിൽ നിന്നും കയറഴിച്ചു. പിന്നീടവൻ ഗാലവൻ എന്ന പേരിൽ അറിയപ്പെട്ടു. തപസ്സുകഴിഞ്ഞെത്തിയ വിശ്വാമിത്രമഹർഷി ഗാലവന്റെ ഗുരു കൂടിയായി. അച്ഛനും ഗുരുവുമായ വിശ്വാമിത്രനെ ഗാലവൻ ഏറെക്കാലം നിഷ്ഠയോടെ സേവിച്ചു. വിദ്യാഭ്യാസം പൂർത്തിയായപ്പോൾ സ്വതന്ത്രനായി ജീവിച്ചുകൊള്ളുവാൻ വിശ്വാമിത്രൻ മകനെ അനുവദിച്ചു. ഗുരുദക്ഷിണ നൽകാതെ പോകാൻ ഗാലവന് മനസ്സുവന്നില്ല. പിതാവിൽ നിന്നും കിട്ടുന്ന വിദ്യയ്ക്ക് ദക്ഷിണയുടെ ആവശ്യമില്ലെന്ന് വിശ്വാമിത്രൻ പറഞ്ഞു. പുത്രന് വിദ്യ ഉറപ്പുവരുത്തേണ്ടത് പിതാവിന്റെ ധർമ്മം മാത്രമാണ്. ഗാലവൻ വീണ്ടും നിർബന്ധിച്ചപ്പോൾ എന്തെങ്കിലും തന്നുകൊള്ളുവാൻ വിശ്വാമിത്രൻ പറഞ്ഞു. എന്തുവേണം.... എന്തുവേണമെന്ന് ഗാലവൻ ആവർത്തിച്ചു ചോദിച്ചുകൊണ്ടിരുന്നപ്പോൾ വിശ്വാമിത്രന് അത് അലോസരമായി തോന്നി. സഹികെട്ട് അദ്ദേഹം പറഞ്ഞു. ഒറ്റചെവി കറുത്ത എണ്ണൂറ് കുതിരകളെ തരിക. ലഭ്യമല്ലാത്തത് എന്ന അർത്ഥത്തിലാണ് വിശ്വാമിത്രൻ ഇങ്ങനെ പറഞ്ഞത്. പക്ഷേ, ഗാലവൻ അത് ഗൗരവമായിതന്നെ എടുത്തു. അയാൾ ഒറ്റചെവി കറുത്ത കുതിരകളെ തേടി ഇറങ്ങി. ആത്മാർത്ഥമായ ഗുരുഭക്തി കണ്ടപ്പോൾ ഗരുഡന് ഗാലവനെ സഹായിക്കണമെന്നുതോന്നി. ഗരുഡൻ ഗാലവനുമൊത്ത് യയാതിയുടെ കൊട്ടാരത്തിലെത്തി. ഒരു യജ്ഞത്തിന്റെ ഭാഗമായി തന്റെ സ്വത്തെല്ലാം ദാനം ചെയ്തു കഴിഞ്ഞിരുന്ന യയാതിക്ക് ഗാലവനെ സഹായിക്കാൻ കഴിഞ്ഞില്ല. എന്നാൽ ഗാലവനെ വെറും കൈയോടെ മടക്കി വിടാൻ അദ്ദേഹം തയ്യാറായതുമില്ല. യയാതി തന്റെ പുത്രിയായ മാധവിയെ ഗാലവന്റെ കൂടെയയച്ചു. സുന്ദരിയായ മാധവിയെ ഏതെങ്കിലും രാജാവിന് വിവാഹം കഴിച്ചുകൊടുത്താൽ കന്യാശുല്കമായി ഒറ്റക്കാതുകറുത്ത എണ്ണൂറ് കുതിരകളെ ഗാലവന് കിട്ടുമെന്ന് യയാതി പറഞ്ഞു.

ഇക്ഷ്വാകു വംശത്തിലെ ഹര്യശ്വൻ എന്ന അയോധ്യയിലെ രാജാവ് സന്തതി പ്രാപ്തിക്കായി യജ്ഞം ചെയ്യുന്ന കാലമായിരുന്നത്. ഹര്യശ്വനെ സമീപിച്ച ഗാലവൻ മാധവിയെ സ്വീകരിച്ചാൽ ഒരു പുത്രനെ ലഭിക്കുമെന്നും പ്രതിഫലമായി ഒറ്റക്കാതുകറുത്ത എണ്ണൂറ് കുതിരകളെ തനിക്ക് നൽകണമെന്നും പറഞ്ഞു. രാജാവിന്റെ പക്കൽ അത്തരത്തിലുള്ള ഇരുന്നൂറ് കുതിരകൾ മാത്രമെ ഉണ്ടായിരുന്നുള്ളു. ഗാലവൻ ചിന്താകുഴപ്പത്തിലായി. മാധവി അദ്ദേഹത്തെ ആശ്വസിപ്പിച്ചുകൊണ്ടു പറഞ്ഞു- പ്രസവിച്ചുകഴിഞ്ഞാലും കന്യകയുടെ അവസ്ഥയിൽ കഴിയാമെന്ന് എനിക്ക് ഒരു വരം ലഭിച്ചിട്ടുണ്ട്.

അതുകൊണ്ട് ഒരു ശിശുവിന് ജന്മം കൊടുത്തതിനു ശേഷം എന്നെ മറ്റൊരു രാജാവിന് നൽകുക. അങ്ങനെ ആവശ്യത്തിന് കുതിരകളെ കിട്ടുംവരെ എന്നെ കൈമാറികൊള്ളുക.

മാധവിയുടെ നിർദ്ദേശം ഗാലവന് സ്വീകാര്യമായിരുന്നു. ഒരു പുത്രൻ ജനിച്ചശേഷം മാധവി അയോധ്യാധിപതിയായ ഹര്യശ്വനെ വിട്ട് ഗാലവനോടൊപ്പം തിരിച്ചു. ഈ പുത്രൻ പിന്നീട് വസുമനസ് എന്നപേരിൽ അറിയപ്പെട്ടു. തുടർന്ന് ഇതേ വ്യവസ്ഥയിൽ മാധവിയെ കാശീരാജാവായ ദിവോദാസന് കൊടുത്തു. ദിവോദാസന് മാധവിയിൽ പിറന്ന പുത്രനാണ് പ്രതർദ്ദനൻ. അതിനുശേഷം മാധവിയെ ഭോജരാജനായ ഉശീനരന് കാഴ്ചവെച്ചു. ഉശീനരന് മാധവിയിൽ ശിബി എന്ന പുത്രൻ ജനിച്ചു. ഓരോ രാജാവിൽ നിന്നും ഇരുനൂറ് വീതം കുതിരകളെ കിട്ടിയ ഗാലവൻ അവശേഷിക്കുന്ന ഇരുനൂറ് കുതിരകൾക്കായി എന്തു ചെയ്യണമെന്ന് ആലോചിച്ചു. ഗരുഡൻ അയാളെ സഹായിക്കാൻ എത്തി. ഒരു രാജാവിൽ നിന്നും ഇരുനൂറ് കുതിരകൾ എന്നതാണല്ലോ മാധവിക്കുള്ള കന്യാശുല്കം. അതുകൊണ്ട് ലഭ്യമായിരിക്കുന്ന അറുനൂറ് കുതിരകളോടൊപ്പം മാധവിയെ വിശ്വാമിത്രന് കൈമാറുക. ഗരുഡൻ പോംവഴി നിർദ്ദേശിച്ചു. ഗാലവൻ അപ്രകാരം ചെയ്തു. താൻ പറഞ്ഞ വെറും വാക്കിന് ഇത്രയേറെ പ്രാധാന്യം നല്കിയ ഗാലവനെ വിശ്വാമിത്രൻ മനസ്സുറന്ന് അനുഗ്രഹിച്ചു. വിശ്വാമിത്രന് മാധവിയിൽ അഷ്ടകൻ എന്ന പുത്രനുണ്ടായി.

മാധവിയിൽ തനിക്കു പിറന്ന അഷ്ടകൻ എന്ന കുട്ടിയെ വിശ്വാമിത്രൻ ഗാലവനെ ഏല്പിച്ചിട്ട് തപസ്സു ചെയ്യുവാൻ പോയി. വരസിദ്ധികൊണ്ട് കന്യാരൂപം നിലനിർത്തിയ മാധവിയെ ഗാലവൻ അവളുടെ പിതാവായ യയാതിയുടെ പക്കൽ തിരിച്ചേല്പിച്ചു. നാല് മക്കളുടെ മാതാവാണെങ്കിലും 'കന്യകയായ' മാധവിക്ക് യയാതി സ്വയംവരം നിശ്ചയിച്ചു. സ്വയംവരാർഥികളായ രാജാക്കന്മാരെയെല്ലാം അവഗണിച്ച മാധവി വനത്തെ തന്റെ വരനായി സങ്കൽപിച്ച് വനവാസിയായി മാറുന്നു. മഹാഭാരതം ഉദ്യോഗ പർവത്തിലുള്ള ഈ കഥയിൽ മാധവിക്ക് വലിയ പ്രാധാന്യമൊന്നുമില്ല. ഗാലവന്റെ ഗുരുവിനോടുള്ള നിഷ്ഠ, ചന്ദ്രവംശ രാജാവായ യയാതിയുടെ ധർമ്മനിഷ്ഠ, ത്യാഗം എന്നിവയ്ക്കാണ് ഊന്നൽ. മുനിമാരുടെ മുൻപിൽ ധർമ്മനിഷ്ഠ പാലിക്കുന്ന യയാതി പിതൃധർമ്മം മറന്നതായി ആരും ആക്ഷേപിക്കുന്നില്ല. തന്റെ ദുരവസ്ഥയ്ക്ക് കാരണക്കാരൻ യയാതിയാണെന്ന് മാധവിയും പറയുന്നില്ല. എവിടൊക്കെയോ ആയി വളരുന്ന നാലുമക്കളുള്ള തന്റെ സ്വയംവരം നടത്തി ധന്യനാകാനുള്ള പിതാവിന്റെ

ശ്രമത്തെ അവൾ പരാജയപ്പെടുത്തി. ആ അവസരത്തിലെങ്കിലും താൻ പുരുഷന്മാരുടെ കൈയ്യിലെ വെറും കളിപ്പാട്ടമല്ലെന്നവൾ ബോധ്യപ്പെടുത്തി. മാധവിയുടെ ഈ മനോഹരമായ പ്രതികാര കഥ പല എഴുത്തുകാരെയും പ്രചോദിപ്പിക്കുവാൻ പര്യാപ്തമായിരുന്നു. ഹിന്ദിയിലെ പ്രസിദ്ധനായ എഴുത്തുകാരൻ ശ്രീ ഭീഷ്മസാഹ്നി മാധവിയുടെ കഥ 1982 ൽ നാടകരൂപത്തിൽ രംഗത്തവതരിപ്പിച്ചു. ഏറെ ജനകീയമായ ഈ നാടകം ഇംഗ്ളീഷിലേക്കും പല ഇൻഡ്യൻ ഭാഷകളിലേക്കും വിവർത്തനം ചെയ്യപ്പെട്ടു. അങ്ങനെ മാധവിയുടെ പെൺമനസ്സ് കാണുവാൻ അനേകായിരം ആളുകൾക്കവസരമുണ്ടായി. സാഹ്നിയുടെ നാടകത്തിൽ തന്നെ ഉപയോഗിച്ച് ഗുരുഭക്തി തെളിയിക്കാൻ ഇറങ്ങിത്തിരിച്ച ഗാലവനോട് മാധവി സഹകരിക്കുന്നു. ഏറെക്കാലം തന്റെ സഹയാത്രികനാകുന്ന ഗാലവനോടവൾക്കിഷ്ടം തോന്നി. ഗാലവനുവേണ്ടി മനസ്സു സമർപ്പിച്ച മാധവി അയാളുടെ ജീവിതലക്ഷ്യം സഫലമാക്കുവാൻ ആഗ്രഹിക്കുന്നു. ഗാലവൻ നിർദ്ദേശിച്ച പുരുഷന്മാർക്കവൾ ശരീരം മാത്രം സമർപ്പിക്കുന്നു. എന്നാൽ അവളുടെ മനസ്സുകാണുവാൻ ഗാലവന് താല്പര്യമുണ്ടായില്ല. അയോധ്യ വിട്ടതിനു ശേഷം തന്റെ ആദ്യ സന്തതിയെ ഒന്നുകൂടി കാണുവാനുള്ള അടക്കാനാവാത്ത ആഗ്രഹം അവൾ പ്രകടിപ്പിച്ചിട്ടും ഗാലവൻ അക്കാര്യം ഗൗനിച്ചതേയില്ല. മാധവിയുടെ കഥ വ്യത്യസ്തമായ വീക്ഷണകോണുകളിലൂടെ സഹൃദയർക്കു മുൻപാകെ അവതരിപ്പിക്കപ്പെട്ടു. മലയാളത്തിൽ മാധവിയുടെ ചരിത്രം ഏറെ ഹൃദ്യമായി അവതരിപ്പിച്ച കവികളാണ് ശ്രീമതി ബാലാമണിയമ്മയും പ്രൊഫസർ ഒ.എൻ. വി.കുറുപ്പും.

പ്രൊഫസർ ഒ.എൻ.വി കുറുപ്പിന്റെ സ്വയംവരം എന്ന കവിതയിൽ മാധവിയുടെ മനസ്സിന്റെ ഭാവങ്ങളെ അതിസൂക്ഷ്മമായി അവതരിപ്പിച്ചിട്ടുണ്ട്. സ്വന്തം പിതാവുൾപ്പെടെയുള്ള പുരുഷന്മാരിലെല്ലാം സ്വാർഥത കൊടികുത്തി വാഴുന്നതായി അവൾ മനസ്സിലാക്കുന്നു. അതുകൊണ്ട് അവൾക്ക് പുരുഷന്മാരോട് സ്നേഹമോ ബഹുമാനമോ തോന്നുന്നില്ല. യയാതി വനത്തിലൊരുക്കിയ സ്വയംവരവേദിയിൽവച്ചവൾ ഒരു മരത്തെ തന്റെ പ്രിയതമനാക്കുന്നു. തന്റെ മനസ്സു കാണാൻ ശ്രമിക്കാതിരുന്ന പുരുഷന്മാരോടവൾ മധുരമായി പക വീട്ടുന്നു.

യജ്ഞവും തപവുമൊക്കെ ചെയ്ത് സ്വർഗ്ഗപ്രാപ്തിക്ക് അർഹനായ യയാതി ഒരു ഘട്ടത്തിൽ ധർമ്മച്യുതി സംഭവിച്ച് പുണ്യം ക്ഷയിച്ച് സ്വർഗ്ഗത്തിൽ നിന്നും ഭൂമിയിലേക്ക് പതിക്കുന്നു. ഈ ഘട്ടത്തിലെ യയാതിയുടെ അവസ്ഥ ശ്രീമതി ബാലാമണിയമ്മ ചിത്രീകരിച്ചിട്ടുണ്ട്. കീഴ്പോട്ടു പതിച്ചുകൊണ്ടിരുന്ന യയാതിക്ക് ഒരേ ഒരു പ്രാർഥന

മാത്രമേ ഉണ്ടായിരുന്നുള്ളൂ. തന്റെ പതനം സജ്ജനങ്ങൾക്കിടയിലേക്ക് ആകണമെന്നായിരുന്നു പ്രാർഥന. അദ്ദേഹം വന്നു പതിച്ചത് നാല് യുവ തപസ്വികളുടെ ഇടയിലേക്കായിരുന്നു. തപസ്വികളുടെ മാതാവ് അപ്പോൾ അവിടെയുണ്ടായിരുന്നു. അവർ യയാതിയേയും തപസ്വികളേയും പരസ്പരം പരിചയപ്പെടുത്തി. മാധവിയും അവരുടെ മക്കളായ വസുമനസ്, പ്രതർദ്ദനൻ, ശിബി, അഷ്ടകൻ എന്നിവരുമാണ് കടുത്ത പതനത്തിൽ നിന്നും യയാതിയെ രക്ഷിച്ചത്. ഒരിക്കൽ താനുപേക്ഷിച്ച മകളും (താൻ മുൻപ് കണ്ടിട്ടില്ലാത്ത) അവളുടെ മക്കളും ചേർന്നാണ് തന്നെ വൻ പതനത്തിൽ നിന്ന് കരകയറ്റിയതെന്നു ബോധ്യപ്പെട്ട നിമിഷം യയാതിയുടെ ഉള്ളിൽ കത്തിയ ചിന്തകൾ എന്തൊക്കെ ആയിരുന്നിരിക്കണം! പുത്രന്മാരോട് മാത്രം പ്രിയം കാണിക്കുകയും തന്നെ ഉപേക്ഷിക്കുകയും ചെയ്ത പിതാവായ യയാതിയുടെ ജീവിതത്തിലെ ഏറ്റവും വലിയ പ്രതിസന്ധി ഘട്ടത്തിൽ അദ്ദേഹത്തിന് താങ്ങും തണലുമായി മാറാൻ കഴിഞ്ഞ മാധവിയുടെ ധന്യത എത്രമാത്രമായിരിക്കും! യയാതിക്ക് വീണ്ടുമൊരു സ്വർഗ്ഗ പ്രാപ്തിക്കായി തന്റെ ആർജ്ജിത പുണ്യം മുഴുവൻ സമർപ്പിക്കാൻ തയ്യാറായ മാധവിയുടെ ത്യാഗത്തിന്റെ മാറ്റളക്കുവാൻ ഇന്ദ്രനു പോലും സാധിച്ചിട്ടുണ്ടാവില്ല.

●

തുപ്പരുത്, തോറ്റുപോകും !

സ്വന്തം സൗകര്യങ്ങൾക്ക് അമിതപ്രാധാന്യം കല്പിക്കുന്ന നമ്മൾ മറ്റുള്ളവരുടെ സൗകര്യങ്ങൾക്ക് തീരെ പരിഗണന നല്കാറില്ല. ഓടുന്ന ബസ്സിലിരുന്ന് മുറുക്കിതുപ്പുന്നവരും കാർക്കിച്ച് തുപ്പുന്നവരും ഒരു നിമിഷം പോലും മറ്റുള്ളവരുടെ അസൗകര്യത്തെപ്പറ്റി ചിന്തിക്കുന്നവരല്ല. തുപ്പാൻ തോന്നുമ്പോഴൊക്കെ തുപ്പുന്ന ശീലം നാം ഉപേക്ഷിക്കേണ്ടതുണ്ട്. മറ്റുള്ളവരെപ്പറ്റി ചിന്തിച്ചിട്ടുവേണം ഇത്തരം പ്രവൃത്തികൾ ചെയ്യുവാൻ. സാമൂഹ്യബോധമില്ലാത്ത ഇത്തരം പ്രവൃത്തികൾ കണ്ടാൽ നാം പ്രതികരിക്കേണ്ടതുണ്ട്. പണ്ട്, ഇന്നത്തെപ്പോലുള്ള പാരിസ്ഥിതിക പ്രശ്നങ്ങൾ ഒന്നുമില്ലാതിരുന്ന ഒരു കാലത്ത് ഒരാൾ അലക്ഷ്യമായൊന്ന് തുപ്പി. ആ തുപ്പൽ ലോകത്തെ കിടുകിടാ വിറപ്പിച്ചു.

ഗന്ധർവ്വ രാജാവായ ചിത്രസേനൻ ആകാശത്തുകൂടി ഉല്ലസിച്ച് പറക്കുകയായിരുന്നു. താംബൂലപ്രിയനായ ഇദ്ദേഹം താംബൂലം ചവച്ചിട്ട് അലക്ഷ്യമായി താഴേക്ക് തുപ്പി. താഴെ ആരെങ്കിലും ഉണ്ടെങ്കിൽ തന്നെ അത് മനുഷ്യരല്ലേ, അവർ സഹിച്ചുകൊള്ളുമെന്ന് ഗന്ധർവരാജൻ ചിന്തിച്ചിരിക്കും. ഗന്ധർവൻ തുപ്പിയ താംബൂലം ഗാലവമഹർഷിയുടെ പൂജാദ്രവ്യങ്ങളിലാണ് വന്നു പതിച്ചത്. ഗാലവന് ഇത് സഹിക്കാനായില്ല, അദ്ദേഹം ശ്രീകൃഷ്ണന്റെയരികിലെത്തി പരാതിപ്പെട്ടു. അന്ന് അസ്തമനത്തിനു മുമ്പ് ചിത്രസേനന്റെ ശിരസ്സ് മഹർഷിയുടെ കാല്ക്കൽ സമർപ്പിക്കുമെന്ന് ശ്രീകൃഷ്ണൻ പ്രഖ്യാപിച്ചു. നാരദർ മുഖേന ഈ വിവരമറിഞ്ഞ ചിത്രസേനൻ പരിഭ്രമിച്ചു. തന്റെ ജീവൻ രക്ഷിക്കുവാനുള്ള മാർഗ്ഗം ഉപദേശിക്കണമെന്ന് അയാൾ നാരദരോട് കരഞ്ഞ് അപേക്ഷിച്ചു. ഭാര്യമാരായ സന്ധ്യ, വലി എന്നിവരോടൊപ്പം എത്രയും പെട്ടെന്ന് ശ്രീകൃഷ്ണ സഹോദരിയായ സുഭദ്രയെ ശരണം പ്രാപിക്കുവാൻ നാരദർ ചിത്രസേനനെ ഉപദേശിച്ചു. അവർ സുഭദ്രയുടെ കൊട്ടാരത്തിന് സമീപം ഒരു അഗ്നികുണ്ഡം നിർമ്മിച്ചു.

ആത്മാഹുതിയുടെ മുന്നോടിയായി ഗന്ധർവൻ അഗ്നികുണ്ഡത്തെ പ്രദക്ഷിണം ചെയ്തു. സന്ധ്യയും വലിയും ഉച്ചത്തിൽ നിലവിളിച്ചു. അർജ്ജുനൻ അവിടെ ഇല്ലായിരുന്നു. കാര്യമറിയാനായി സുഭദ്ര അവിടെ ഓടിയെത്തി. അലറിക്കരഞ്ഞുകൊണ്ടിരുന്ന ഗന്ധർവ പത്നിമാരെ സുഭദ്ര ആശ്വസിപ്പിച്ചു. തങ്ങൾക്ക് ഭർത്താവുമൊത്ത് ജീവിക്കുവാനുള്ള വരം ഭിക്ഷയായി (മംഗല്യ ഭിക്ഷ) നൽകണ മെന്ന് അവർ സുഭദ്രയോടാവശ്യപ്പെട്ടു. സുഭദ്ര അപ്രകാരം വരം നൽകി. പിന്നീടവർ കാര്യങ്ങളെല്ലാം സുഭദ്രയോട് പറഞ്ഞു. താൻ കൊടുത്ത വാക്കിന്റെ ഭവിഷ്യത്തിനെപ്പറ്റി സുഭദ്രയ്ക്കപ്പോൾ മാത്രമേ മനസ്സിലായുള്ളൂ. സഹോദരനായ ശ്രീകൃഷ്ണൻ മരണശിക്ഷവിധിച്ചി രിക്കുന്ന അവിവേകിയായ ഗന്ധർവന്റെ ജീവൻ രക്ഷിക്കുകയെന്ന ദുഷ്ക്കരമായ ബാധ്യതയാണ് താൻ ഏറ്റെടുത്തിരിക്കുന്നത്. തന്റെ തീരുമാനം വിവേകപൂർവമായില്ലായെന്ന് സുഭദ്ര മനസ്സിലാക്കി. പക്ഷേ, എന്തുചെയ്യാം? ഇതിനിടയിൽ അർജ്ജുനൻ തിരിച്ചെത്തി. സുഭദ്രയുടെ വാക്ക് പാലിക്കുവാൻ വേണ്ടി ഗന്ധർവന്റെ ജീവൻ രക്ഷിച്ചു കൊള്ളാമെന്ന് അർജ്ജുനൻ ഏറ്റു. വൈകാതെ ഗന്ധർവനെ തേടി ശ്രീകൃഷ്ണൻ അവിടെ എത്തുകയും ചിത്രസേനനെ നേരിടുകയും ചെയ്തു. അർജ്ജുനൻ ചിത്രസേനന്റെ രക്ഷക്കായി ആയുധമെടുത്തു. അവസാനം യുദ്ധം കൃഷ്ണാർജ്ജുനന്മാർ തമ്മിലായി. ആരുമാരും തോൽക്കാത്ത കടുത്ത യുദ്ധത്തിൽ ദിവ്യാസ്ത്രങ്ങൾ ഏറെ പ്രയോ ഗിക്കപ്പെട്ടു. ലോകത്തിന്റെ നിലനില്പുതന്നെ പ്രതിസന്ധിയിലായി. സ്ഥിതിഗതികളുടെ ഗൗരവാവസ്ഥകണ്ട് സുഭദ്ര ഭർത്താവിനും സഹോദരനുമിടയിലായി നിലയുറപ്പിച്ചു. യുദ്ധം നിർത്തണമെന്ന് ഇരുവരോടും അവർ യാചിച്ചു. ഒടുവിൽ ഒരു പോംവഴി തെളിഞ്ഞു. സന്ധ്യക്കുമുമ്പ് ഗന്ധർവന്റെ ശിരസ്സ് ഗാലവന്റെ കാല്ക്കൽ വയ്ക്കുമെ ന്നായിരുന്നുവല്ലോ ശ്രീകൃഷ്ണന്റെ പ്രതിജ്ഞ. അത് ഒരു തരത്തിൽ നിറവേറ്റി. ചിത്രസേനൻ ഗാലവന്റെ കാല്ക്കൽ വീണ് മാപ്പിരന്നു. ഗാലവൻ അയാൾക്ക് മാപ്പ് കൊടുത്തു.

ചിത്രസേനൻ അലക്ഷ്യമായൊന്ന് തുപ്പിയപ്പോൾ ഈ ലോകം വിറകൊണ്ടു. സുഭദ്രയ്ക്ക് ഭർത്താവോ, സഹോദരനോ നഷ്ടപ്പെടുമെന്ന് തോന്നി. സന്ധ്യയും വലിയും തങ്ങളുടെ ഭർത്താവിന്റെ ജീവൻ നില നിർത്താൻ വേണ്ടി ഏറെ കഷ്ടപ്പെട്ടു.

സാമൂഹ്യബോധമില്ലാതെ പെരുമാറുന്നവർ കാരണം സമൂഹത്തിൽ ഉണ്ടാകുന്ന ഭീകരാവസ്ഥയാണ് ഈ കഥയിൽ നാം കാണേണ്ടത്. പ്രതിസന്ധികൾ പരിഹരിക്കുന്നതിൽ സ്ത്രീകൾക്കുള്ള പ്രത്യേക വൈദഗ്ധ്യവും ഇവിടെ വെളിവാക്കുന്നു.

കണികന്റെ സിദ്ധാന്തം

കൗശലക്കാരനായ കുറുക്കന്റെ കഥകൾ ആളുകൾക്ക് ചിരപരിചിതമായിരിക്കും. മാർഗ്ഗം ഏതായാലും ലക്ഷ്യം സാധിക്കുക എന്നത് കുറുക്കന്റെ സിദ്ധാന്തമാണ്. അത് ഒരു രാഷ്ട്രീയ സിദ്ധാന്തം കൂടിയാണ്. ബുദ്ധിശക്തിയാണ് ഏറ്റവും വലിയ ശക്തിയെന്ന് കുറുക്കൻ പലവട്ടം തെളിയിച്ചിട്ടുണ്ട്. ഒരിക്കൽ ബുദ്ധിമാനായ കുറുക്കന് ശക്തിമാനായ മൃഗരാജനെ തിന്നണമെന്നൊരു മോഹം. തന്റെ മോഹം ക്ഷിപ്രസാദ്ധ്യമല്ലായെന്ന് കുറുക്കനറിയാമായിരുന്നു. ലക്ഷ്യം സാധിക്കുവാനായി അവൻ സിംഹത്തോടനിഷ്ടമുള്ള ഒരു പുലി, എലി, ചെന്നായ്, കീരി എന്നിവരെ കൂട്ടുപിടിച്ചു. ഇവരുടെ ഉള്ളിൽ സിംഹത്തിനോട് കടുത്ത വിരോധം ഉണ്ടാക്കുവാൻ വേണ്ടതൊക്കെ കുറുക്കൻ ചെയ്തു. അതിനുശേഷം സിംഹത്തെ കൊല്ലുകയെന്ന പൊതു ലക്ഷ്യം നിറവേറ്റുവാൻ ഒരു മാസ്റ്റർ പ്ലാൻ അവൻ തയ്യാറാക്കി. കുറുക്കന്റെ ബുദ്ധിയിലുദിച്ച മാസ്റ്റർ പ്ലാൻ മറ്റു മൂന്നു പേർക്കും നന്നേ ഇഷ്ടപ്പെട്ടു. എല്ലാം മറന്ന് ഉറങ്ങുന്ന സിംഹത്തിന്റെ സ്വഭാവം മുതലെടുത്ത് അതിന്റെ കാൽ കരണ്ടു തിന്നുന്ന ജോലി എലിയെ ഏല്പിച്ചു. ഞൊണ്ടിയെണീക്കുന്ന സിംഹത്തെ പുലി അടിച്ചു വീഴ്ത്തണം. ഇവരുടെ പദ്ധതി സഫലമായി. സിംഹം കൊല്ലപ്പെട്ടു. കുളികഴിഞ്ഞു വന്ന് സിംഹമാംസം ഭക്ഷിക്കാമെന്ന് അവർ തീരുമാനിച്ചു. കുറുക്കനെ കാവൽ ഏല്പിച്ചിട്ട് മറ്റുള്ളവർ കുളിക്കാൻ പോയി.

കുളികഴിഞ്ഞ് ആദ്യം എത്തിയത് പുലിയായിരുന്നു. മുമ്പ് ഏറെ ഉത്സാഹഭരിതനായിരുന്ന തന്റെ സുഹൃത്ത് കുറുക്കൻ ഇപ്പോൾ ഏറെ ദുഃഖിതനായിരിക്കുന്നതുകണ്ട് പുലി ഞെട്ടി. അയാൾ കാരണം തിരക്കി. കുറുക്കൻ വികാരാധീനനായി പറഞ്ഞു. 'സുഹൃത്തേ, ആ എലിയുടെ അഹംഭാവം കണ്ടില്ലേ? അവൻ കാരണമാണ് സിംഹത്തെ നമുക്കു വധിക്കാനായതത്രേ! ഛെ! ഒരു എലി കൊന്ന

മൃഗത്തിന്റെ മാംസം ഭക്ഷിക്കുവാൻ എന്റെ ആത്മാഭിമാനം എന്നെ തീരെ അനുവദിക്കുന്നില്ല.' ഇതുകേട്ട് പുലിയുടെ ആത്മാഭിമാനം ഉണർന്നു. 'ഒരു എലികൊന്ന മൃഗത്തെ പുലി തിന്നുകയോ? ഛായ്... മോശം... മോശം. സ്വന്തം നിലയ്ക്ക് ഒരു മൃഗത്തെ വധിച്ച് ഭക്ഷിക്കാമോ എന്ന് നോക്കട്ടെ.' പുലി തിരിഞ്ഞു നടന്നു. അല്പസമയം കഴിഞ്ഞ് എലി കുളികഴിഞ്ഞു വന്നു. കുറുക്കൻ എലിയോട് പറഞ്ഞു. 'സുഹൃത്തേ! കീരി പറഞ്ഞപ്പോഴാണ് കാര്യം മനസ്സിലായത്. സിംഹ മാംസം കൊടും വിഷമാണ്. എന്നോട് ഭക്ഷിക്കരുതെന്ന് പറഞ്ഞു. എലി തിന്നു ചാകുന്നെങ്കിൽ ചാകട്ടെയെന്ന് പറഞ്ഞിട്ടാണവൻ പോയത്.' കുറുക്കന്റെ വാക്കുകൾ വിശ്വസിച്ച എലി ഉടനെ സ്ഥലം വിട്ടു. തുടർന്ന് ചെന്നായ് അവിടെ എത്തി. കുറുക്കൻ വെപ്രാളത്തോടെ ഓടി ചെന്നായുടെ അടുത്തെത്തി. 'സുഹൃത്തേ! ആകെ കുഴപ്പമായി. ഈ സിംഹം കൊല്ലപ്പെട്ടതറിഞ്ഞ് ഇയാളുടെ ഒരു ബന്ധു നമ്മെ നേരിടു വാനായി പുറപ്പെട്ടിട്ടുണ്ടത്രേ! ഇനിയെന്തു ചെയ്യും?' എന്തു ചെയ്യണമെന്ന് ചെന്നായ് പ്രവൃത്തിയിലൂടെ കാട്ടിക്കൊടുത്തു. അയാൾ അവിടെ നിന്നും അതിവേഗത്തിലോടി. അവസാനം കീരിവന്നു. കുറുക്കൻ കീരിയെ പലതും പറഞ്ഞ് ഭയപ്പെടുത്തി ഓടിച്ചു. എല്ലാവരും ദൂരെപ്പോയിയെന്ന് ഉറപ്പുവരുത്തിയതിനുശേഷം കുറുക്കൻ സ്വസ്ഥനായി സിംഹമാംസം ഭക്ഷിച്ചു.

കൗരവ രാജാവായ ധൃതരാഷ്ട്രരുടെ മന്ത്രിയായിരുന്ന കണികൻ പറഞ്ഞൊരു കഥയാണിത്. ചതുരുപായങ്ങൾ ഉപയോഗിച്ച് ശത്രുവിനെ തുരത്തുന്നതിന് ഉദാഹരണമായിട്ടാണ് അദ്ദേഹം ഈ കഥ പറഞ്ഞത്. രാഷ്ട്രീയ കാര്യങ്ങളിൽ കണികൻ ധൃതരാഷ്ട്രരെ ഉപദേശിച്ചു വന്നു. ഇന്നത്തെ രാഷ്ട്രീയക്കാർ ഫലപ്രദമായി ഉപയോഗിക്കുന്ന ചില സിദ്ധാന്തങ്ങളുടെ ഉപജ്ഞാതാവ് കണികനാണ്. അയാളുടെ ഒരു സിദ്ധാന്തം ഇപ്രകാരമാണ് : 'ഭീരുവിനെ ഭയപ്പെടുത്തണം, ശൂരനെ വന്ദിച്ചുനിർത്തിയിട്ട് തരം പോലെ വധിക്കണം. പണക്കൊതിയനെ ദാനം കൊണ്ട് വശീകരിക്കണം. ശത്രുവായി തീർന്നാൽ പിന്നെ പുത്രനേയും സഹോദരനേയും സ്നേഹിതനേയും പിതാവിനേയും ഗുരുവിനേയും വധിക്കണം. ശപഥം കൊണ്ടോ, പണം കൊണ്ടോ, വിഷം കൊണ്ടോ, മായ കൊണ്ടോ ശത്രുവിനെ വധിക്കണം. കോപിച്ചിരിക്കുമ്പോൾ പോലും അന്യനെ നിന്ദിക്കുന്ന വാക്കുകൾ പറയരുത്. വിശ്വസ്തനേയും അവിശ്വസ്തനേയും വിശ്വസിക്കരുത്.' കണികന്റെ സിദ്ധാന്തം നിത്യ നവീനമായ ഒരു രാഷ്ട്രീയ സിദ്ധാന്തമായി മാറിയിരിക്കുന്നു.

●

കൽഹാരപുഷ്പങ്ങൾ

ചില യാദൃച്ഛിക സംഭവങ്ങൾ മനുഷ്യന്റെ ചിന്തകളേയും ജീവിതവീക്ഷണത്തെ തന്നെയും മാറ്റി മറിക്കാറുണ്ട്. ഒരു പക്ഷിയുടെ അല്ലെങ്കിൽ ഒരു ഇഴജന്തുവിന്റെ പ്രവൃത്തിപോലും മനുഷ്യമനസ്സിനെ ആഴത്തിൽ സ്വാധീനിച്ചിട്ടുള്ളതായി കാണുന്നു.

ഒരു ജലാശയത്തിൽ കഴിഞ്ഞിരുന്ന ഋദ്ധിമാൻ എന്ന നാഗത്തെ ഗരുഡൻ കൊത്തിയെടുത്തുകൊണ്ടു പറന്നു. ഗരുഡന്റെ ശക്തമായ ചിറകടികാരണം കൊടുങ്കാറ്റുണ്ടായി. ആ കാറ്റിന്റെ ശക്തി കാരണം കുബേരന്റെ അളകാപുരിയിലെ സുന്ദരമായ ഉദ്യാനത്തിലുണ്ടായിരുന്ന കൽഹാര പുഷ്പങ്ങൾ (കല്യാണസൗഗന്ധികം) കൊഴിഞ്ഞുവീണു. അവ കാറ്റിൽ പറന്നു നടന്നു. വനവാസത്തിലായിരുന്ന പാണ്ഡവർ അപ്പോൾ ആർഷ്ടിഷേണ മഹർഷിയുടെ ആശ്രമത്തിൽ വിശ്രമിക്കുകയായിരുന്നു. കാറ്റത്തുപറന്ന കൽഹാരപുഷ്പങ്ങളിൽ ചിലത് പാഞ്ചാലിയുടെ മുമ്പിൽ വന്നുപെട്ടു. ഹൃദ്യമായ സുഗന്ധമുള്ള ആ പൂക്കൾ പാഞ്ചാലിക്ക് ഏറെ ഇഷ്ടമായി. അവൾ ആ പൂക്കൾ എടുത്ത് തന്റെ മുടിയിൽ ചൂടി. പാഞ്ചാലിയുടെ അരികിലെത്തിയ ഭീമസേനൻ അവളുടെ മുടിയഴകിനേയും അതിനെ അലങ്കരിച്ചിരുന്ന പൂക്കളേയും പ്രകീർത്തിച്ച് സംസാരിച്ചു. പ്രേയസിയെ സന്തോഷിപ്പിക്കുകയെന്ന ഉദ്ദേശ്യത്തിലാണ് ഭീമൻ അങ്ങനെ ചെയ്തത്. പാഞ്ചാലി പറഞ്ഞു: 'കേമന്മാരായ ഭർത്താക്കന്മാരുണ്ടായിട്ടും എനിക്ക് നല്ലൊരു പൂ ചൂടണമെങ്കിൽ ശക്തമായി പറക്കാനറിയുന്ന ഏതെങ്കിലും പക്ഷി കനിയണം.'

സ്വന്തം ശക്തിയിലും പൗരുഷത്തിലും ഏറെ അഭിമാനിച്ചിരുന്ന ഭീമസേനന് പാഞ്ചാലിയുടെ ഈ പരിഹാസം സഹിക്കുവാനായില്ല. ഉടൻ തന്നെ അയാൾ കൽഹാര പുഷ്പങ്ങൾ കൈവരിക്കാനായി ഇറങ്ങിപ്പുറപ്പെട്ടു.

ഭാര്യയുടെ മുമ്പിൽ വീരപുരുഷനെന്ന് തെളിയിക്കുവാനുള്ള വ്യഗ്രതയിൽ മുമ്പോട്ടുപോയ ഭീമന്റെ വഴിയിൽ ഒരു വൃദ്ധ വാനരൻ കിടന്നിരുന്നു. ഭീമൻ ആ വാനരനെ ആട്ടിപ്പായിക്കാൻ ശ്രമിച്ചു. വൃദ്ധനും അവശനുമായ തന്നെ ഉപദ്രവിക്കാതെ വഴിമാറിപ്പോകുവാൻ ഭീമനോട് വാനരൻ അപേക്ഷിച്ചു. പക്ഷേ, അഹംഭാവം നിമിത്തം ഭീമൻ അതിന് തയ്യാറായില്ല. പകരം വഴിയിലേക്കുനീണ്ടു കിടക്കുന്ന വാലൊതുക്കി വയ്ക്കുവാൻ ഭീമൻ വാനരനോട് ആവശ്യപ്പെട്ടു. 'അവശനായ എനിക്ക് വാൽ മാറ്റാൻ ശേഷിയില്ല. അവിടുന്ന് ഗദകൊണ്ട് വാൽ തട്ടിമാറ്റി കടന്നു പോയാട്ടെ'. വാനരൻ പറഞ്ഞു. ഗദകൊണ്ട് തട്ടിയാൽ വാൽ പിന്നെയുണ്ടാവില്ലായെന്ന് ഭീമൻ മുന്നറിയിപ്പ് കൊടുത്തെങ്കിലും വാനരൻ അത് ഗൗനിച്ചില്ല. ഭീമൻ ഗദകൊണ്ട് വാനരന്റെ വാൽ മാറ്റാൻ ശ്രമിച്ചു. എത്ര ശ്രമിച്ചിട്ടും ഭീമന് വാൽ മാറ്റാൻ സാധിച്ചില്ല. ഭീമന്റെ ചിന്ത മാറി. ഇത് സാധാരണ വാനരനാവാൻ തരമില്ല. അഹന്തയൊക്കെ മാറ്റിവച്ചിട്ട് ഭീമസേനൻ വാനരനെ പരിചയപ്പെട്ടു. ജ്യേഷ്ഠ സഹോദരനായ ഹനുമാനെ ഭീമൻ തിരിച്ചറിഞ്ഞു. വാനരനുമായുള്ള വാഗ്വാദത്തിനിടയിൽ ഭീമൻ തന്റെ പല കുറവുകളും മനസ്സിലാക്കിയിരുന്നു. ആരെക്കാളും വലിയവനാണ് താനെന്ന ചിന്ത ഭീമനെ കൈവിട്ടു. പകരം ആരും നിസ്സാരനല്ലായെന്ന പാഠം അയാൾ ഉൾക്കൊണ്ടു.

കൽഹാരപുഷ്പങ്ങളും ഗരുഡനും നാഗവും ഹനുമാനുമൊക്കെ ഭീമന് ആത്മശുദ്ധിപകരുവാൻ കാരണക്കാരായി. പാഞ്ചാലി സൃഷ്ടിച്ച പ്രകോപനം നിമിത്തം ഭീമസേനന് ശ്രേഷ്ഠജനങ്ങളുമായി സമ്പർക്കത്തിലേർപ്പെടുവാനും ആത്മബോധം നേടുവാനും അവസരം ലഭിച്ചു.

●

സ്വർഗ്ഗഗായകൻ

കലാകാരന്മാർ അനുഗൃഹീതരാണ്. ഈശ്വരാനുഗ്രഹം സിദ്ധിച്ചിട്ടുള്ളവർക്ക് മാത്രമെ നല്ല കലാകാരന്മാരായി വളരുവാൻ കഴിയുകയുള്ളൂ. ഏതു കലയിലും പരിപൂർണ്ണത എന്നു പറയുന്നത് ഒരു സങ്കല്പം മാത്രമാണ്. ഈ തത്വം അറിയാവുന്ന കലാകാരന്മാർ പോലും പലപ്പോഴും തങ്ങൾ കൈകാര്യം ചെയ്യുന്ന കലയിൽ പാരംഗതരാണെന്ന് ഭാവിക്കുന്നു. കലാകാരന്മാരെന്ന നിലയ്ക്ക് തങ്ങളെ വിശിഷ്ടരായി കണ്ട് ആളുകൾ അംഗീകരിക്കണമെന്ന് അവർ ആഗ്രഹിക്കുന്നു.

ദേവർഷിയായ നാരദർ നല്ല ഒരു കലാകാരനായിരുന്നു. സദാ വീണ വായിച്ചുകൊണ്ടിരുന്ന അദ്ദേഹം തന്റെ കലാനൈപുണ്യത്തിൽ അഭിമാനിച്ചിരുന്നു. ഈ അഭിമാനം ക്രമേണ വളർന്നു വളർന്ന് അഹന്തയുടെ രൂപം കൈവരിച്ചു. നാരദരുടെ ഈ അഹന്തയെക്കുറിച്ച് മഹാവിഷ്ണുവിന് മതിയായ ധാരണയുണ്ടായിരുന്നു. ഭക്തിയും അഹംഭാവവും ഒരു ഹൃദയത്തിൽ ഒരുമിച്ച് കഴിയുന്നതല്ല. അതുകൊണ്ട് തന്റെ ഭക്തന്റെ ഹൃദയത്തിൽ നിന്നും അഹങ്കാരത്തെ കുടിയൊഴിപ്പിക്കണമെന്ന് ഭഗവാൻ വിഷ്ണു തീരുമാനിച്ചു.

ഒരു ദിവസം മഹാവിഷ്ണു നാരദരെ തന്നോടൊപ്പം സഞ്ചരിക്കുവാനായി ക്ഷണിച്ചു. വിഷ്ണു സാമീപ്യം സദാ കൊതിക്കുന്ന നാരദർക്ക് ഈ ക്ഷണം അളവറ്റ സന്തോഷമേകി. അവർ സഞ്ചരിച്ച വിമാനം ഒരു വനത്തിലിറങ്ങി. അവിടെ കണ്ടകാഴ്ച ആരുടെ മനസ്സിനേയും അലിയിച്ചു കളയുവാൻ പര്യാപ്തമായിരുന്നു. അസഹ്യമായ വേദന നിമിത്തം കരയുന്ന അനവധി സുന്ദരിമാരെ അവിടെ കാണുവാൻ സാധിച്ചു. അവരുടെ അവയവങ്ങൾ ഛേദിക്കപ്പെട്ട നിലയിലായിരുന്നു. വിഷ്ണുവിന്റെയും നാരദരുടെയും മനസ്സലിഞ്ഞു. ഇരുവരും സുന്ദരിമാരുടെ അരികിലെത്തി. സുന്ദരിമാർ തങ്ങളുടെ സ്ഥിതി

വിശദീകരിച്ചു. ഞങ്ങൾ വിവിധ രാഗങ്ങളുടെ അധിദേവതമാരായ രാഗിണിമാരാണ്. നാരദന്റെ അബദ്ധജടിലമായ രാഗാലാപനമാണ് ഞങ്ങളെ ഈ ഗതിയിലാക്കിയത്.

തന്റെ കലാനൈപുണ്യത്തിൽ ഏറെ അഹങ്കരിച്ചിരുന്ന നാരദർക്ക് സ്വന്തം സിദ്ധികളെപ്പറ്റി ഏതാണ്ടൊരു ധാരണ കൈവന്നു. സംഗീതജ്ഞൻ എന്ന അഹംഭാവത്തിൽ നിന്ന് നാരദർ മുക്തനായി. അഹംഭാവമെന്ന മാലിന്യം വിട്ടകന്നതോടെ അദ്ദേഹത്തിന്റെ ഭക്ത ഹൃദയത്തിന്റെ തിളക്കം വർദ്ധിച്ചു.

●

'ഹാ, കഷ്ടം'

ഉത്തരേന്ത്യയിൽ ഗംഗാതീരത്തായി മാകന്ദി എന്നൊരു നഗരമുണ്ടായിരുന്നു. അവിടെ സദാ മൗനവ്രതം പാലിച്ചു വന്ന ഒരു ഭിക്ഷുവുണ്ടായിരുന്നു. ഭിക്ഷയാചിച്ച് വിശപ്പടക്കിയിരുന്ന ഇദ്ദേഹം പരമ സാത്വികനായി അറിയപ്പെട്ടിരുന്നു. ആളുകൾ ഈ സന്യാസിയെ ഭക്തിപൂർവ്വം സ്വീകരിച്ച് ദക്ഷിണ നല്കി വന്നു. മിക്കവാറും മൗനവ്രതത്തിൽ ആയിരുന്നതിനാൽ ഇദ്ദേഹത്തിന്റെ ശബ്ദം അധികമാരും കേട്ടിരുന്നില്ല.

ഒരു ദിവസം സന്യാസി പതിവുപോലെ ഭിക്ഷക്കിറങ്ങി. അദ്ദേഹം ഒരു വൈശ്യ ഗൃഹത്തിന്റെ മുമ്പിലെത്തി. മുമ്പൊന്നും തന്റെ ദൃഷ്ടിയിൽപ്പെടാതിരുന്ന അതീവ സുന്ദരിയായ ഒരു കന്യകാരത്നം അവിടെയുള്ളതായി സന്യാസി കണ്ടു. 'ഹാ, കഷ്ടം'! എന്നുറക്കെ പറഞ്ഞ് അദ്ദേഹം അവിടെ നിന്നും മടങ്ങി. മൗനിയായ സന്യാസി സംസാരിച്ചതുകേട്ട് ഗൃഹനാഥന് ആശ്ചര്യം തോന്നി. 'ഹാ കഷ്ടം'! എന്ന് പറയുവാൻ കാരണമെന്താണെന്ന് അയാൾ സന്യാസിയോടു ചോദിച്ചു. വൈശ്യന് സന്യാസി ഇപ്രകാരം മറുപടി നല്കി. നിങ്ങളുടെ പുത്രി സുന്ദരിയാണെങ്കിലും അശുഭലക്ഷണങ്ങളോട് കൂടിയവളാണ്. അവൾ വിവാഹം കഴിക്കാൻ ഇടവന്നാൽ അവളുടെ അച്ഛനായ നിങ്ങളും അമ്മയും മറ്റുമക്കളും നശിക്കും. അതിനാൽ ഇന്നു രാത്രി തന്നെ അവളെ ഒരു പെട്ടിയിലാക്കി മീതെ ഒരു പന്തവുംകുത്തി പവിത്രമായ ഗംഗാനദിയിൽ ഒഴുക്കണം. അപ്പോൾ അവൾ നിമിത്തം കുടുംബത്തിനുണ്ടായ പാപം ഇല്ലാതാകും. മകളുടെ പാപലക്ഷണങ്ങൾ ഇപ്പോഴെങ്കിലും തിരിച്ചറിഞ്ഞത് നന്നായിയെന്ന ഭാവത്തിൽ ഭിക്ഷുവിനെ തൊഴുത് ആ വൈശ്യൻ മടങ്ങി. അയാൾ ഭിക്ഷുപറഞ്ഞത് അക്ഷരം പ്രതി അനുസരിച്ചു.

സത്യത്തിൽ ഈ സന്യാസി ഒരു കപടബുദ്ധിക്കാരനായിരുന്നു. വൈശ്യപുത്രിയുടെ മാദക സൗന്ദര്യം കണ്ട് മനസ്സിളകിയ ഇയാൾ അവളെ അല്പസമയത്തേക്കെങ്കിലും സ്വന്തമാക്കണമെന്ന്

ആഗ്രഹിച്ചു. ഇതുവരെ അതിന് സാധിക്കാതെ പോയതിന്റെ നഷ്ട ബോധമാണ് ഹാ കഷ്ടം എന്ന ശബ്ദത്തിലൂടെ അയാൾ പ്രകടിപ്പി ച്ചത്. തന്റെ ആഗ്രഹം സഫലമാകാൻ പോകുന്നതായി അയാൾക്ക് തോന്നി. ശിഷ്യന്മാരെ വിളിച്ചിട്ട് ഒരു വെളിപാടെന്നവണ്ണം അയാൾ പറഞ്ഞു. ഇന്നുരാത്രി പന്തം കുത്തിയ ഒരു പെട്ടി ഗംഗാനദിയിലൂടെ ഒഴുകിവരും. നിങ്ങൾ അത് കരയ്ക്കടുപ്പിച്ച് തുറന്നുനോക്കാതെ നമ്മുടെ സവിധത്തിൽ എത്തിക്കണം.

വൈശ്യൻ തന്റെ സുന്ദരിയായ മകളെ പെട്ടിയിലാക്കി പന്തവും ജ്വ ലിപ്പിച്ച് ഗംഗാനദിയിലൊഴുക്കി. പക്ഷേ, പെൺകുട്ടിയുടെ ഭാഗ്യത്തി ന്റെ ബലം കൊണ്ട് ആ പെട്ടി ഒരു രാജകുമാരന്റെ ദൃഷ്ടിയിൽപ്പെട്ടു. സുന്ദരിയായ ആ കുമാരിയിൽ നിന്നും രാജകുമാരൻ കാര്യങ്ങളൊക്കെ ഗ്രഹിച്ചു. അദ്ദേഹം അവളെ തന്റെ പത്നിയാക്കാൻ തീരുമാനിച്ചു. പെൺകുട്ടി കിടന്ന പെട്ടിയിൽ കുമാരൻ ഒരു വലിയ കരിംകുരങ്ങനെ പിടിച്ചടച്ചു. പഴയതുപോലെ പന്തവും കത്തിച്ച് അതിനെ ഗംഗയിൽ ഒഴുക്കിവിട്ടു. ഗംഗയിലെ ജലപ്പരപ്പിലേക്ക് കണ്ണും നട്ടുകൊണ്ട് ഭിക്ഷുശിഷ്യന്മാർ ജാഗ്രതയോടെ നില്പുണ്ടായിരുന്നു. സാവകാശം ഒഴുകിയെത്തിയ പെട്ടി അവരുടെ ദൃഷ്ടിയിൽപ്പെട്ടു. ശിഷ്യന്മാർ ആ പെട്ടി കരയിൽ അടുപ്പിച്ചു. ഗുരുവിന്റെ നിർദ്ദേശപ്രകാരം അവർ വളരെ കരുതലോടെ ആ പെട്ടി പൊട്ടിക്കാതെ ഗുരുവിന്റെ സന്നി ധിയിലെത്തിച്ചു. ഗുരുവിന്റെ സന്തോഷത്തിന് അതിരുണ്ടായിരു ന്നില്ല. ആ പെട്ടി തന്റെ സ്വകാര്യമുറിയിലെത്തിച്ച ശേഷം ശിഷ്യ ന്മാരോടെല്ലാം പുറത്ത് പോകാൻ അയാൾ ആവശ്യപ്പെട്ടു. രഹസ്യ മന്ത്രാചരണത്തോടു കൂടി ഈ പെട്ടിയിൽ ചിലക്രിയകൾ തനിക്ക് ചെയ്യേണ്ടതുണ്ടെന്നും അതിന് പൂർണ്ണ ഏകാന്തതയും ഏകാഗ്രതയും ആവശ്യമാണെന്നും അയാൾ ശിഷ്യൻമാരോട് പറഞ്ഞു. വരാൻ പോകുന്ന ഉജ്ജ്വല നിമിഷങ്ങളെപ്പറ്റി ഓർത്ത് അയാളുടെ ഹൃദയം തുടികൊട്ടി. മുമ്പേ തന്നെ ഒരുകാര്യം അയാൾ ചിന്തിച്ചുറപ്പിച്ചിരു ന്നു. ഈ സൗന്ദര്യം എക്കാലത്തേക്കും സ്വന്തമാക്കാൻ എനിക്ക് കഴിഞ്ഞെന്ന് വരില്ല. അതുകൊണ്ട് ലഭ്യമായ ആനന്ദകരമായ നിമി ഷങ്ങളുടെ സ്മരണക്കായി അവൾക്ക് അല്പം നഖക്ഷതം ഏൽപ്പിച്ച് കൊടുക്കണം.

പൂർണ്ണമായും സ്വകാര്യത ഉറപ്പുവരുത്തിയശേഷം അയാൾ ആർത്തിയോടെ ആ പെട്ടി തുറന്നു. അതുവരെ പരിഭ്രാന്തിയോടെ പെട്ടിക്കുള്ളിൽ കഴിഞ്ഞിരുന്ന 'സൗന്ദര്യ ധാമം' അയാൾക്ക് ആവോളം ദന്ത-നഖ വ്രണങ്ങൾ സമ്മാനിച്ചു. തന്റെ കപട ബുദ്ധിയുടെ ചിരസ്മാരകമെന്നവണ്ണം ആ ദന്ത-നഖ ക്ഷതങ്ങൾ സന്യാസിയോ ടൊപ്പം കഴിഞ്ഞു.

ശ്രീകൃഷ്ണനും നാരദരും

താപസന്മാർക്ക് യഥാർഥ മനുഷ്യജീവിതത്തിന്റെ ക്ലേശങ്ങളെപ്പറ്റി മതിയായ ധാരണ ഉണ്ടാകാറില്ല. ഫലമൂലാദികളാൽ നിറഞ്ഞ കാനനത്തിൽ കഴിയുന്നതുകൊണ്ട് വിശപ്പിന്റെ കാഠിന്യം അവർ ശരിക്കറിയാറില്ല. വ്യക്തി ബന്ധങ്ങളുടെ തീവ്രതയെപ്പറ്റിയും ശരിയായ ബോദ്ധ്യം അവർക്കുണ്ടാകില്ല. ഒരിക്കൽ ദേവർഷി നാരദൻ ശ്രീകൃഷ്ണന്റെ ദ്വാരകയിലെത്തി. നാടും നഗരവും ജനജീവിതവുമൊക്കെ അടുത്തറിയുക എന്നതായിരുന്നു അദ്ദേഹത്തിന്റെ ഉദ്ദേശ്യം. കൊട്ടാരത്തിൽ ശ്രീകൃഷ്ണനോടൊപ്പം കുറച്ചു ദിവസം അദ്ദേഹം കഴിഞ്ഞു. പല നാടുകളും സന്ദർശിച്ചാൽ കൊള്ളാമെന്ന് നാരദർക്ക് ആഗ്രഹമുണ്ടായിരുന്നു.

ശ്രീകൃഷ്ണൻ നാരദരെ ഒരു വിമാനത്തിൽ കയറ്റി നാടു ചുറ്റാൻ തുടങ്ങി. കുറെ സമയം കഴിഞ്ഞപ്പോൾ നാരദർക്ക് കലശലായ ദാഹം തോന്നി. മഹർഷിയുടെ നിർബന്ധം നിമിത്തം ശ്രീകൃഷ്ണൻ ഒരു വലിയ സരസ്സിനരികിൽ വിമാനം ഇറക്കി. ദാഹം കാരണം വെള്ളം കുടിക്കാൻ വെപ്രാളം കാട്ടിയ നാരദരോട് കൃഷ്ണൻ പറഞ്ഞു: പാനം ചെയ്യും മുമ്പ് സ്നാനം ചെയ്യണം. ദാഹാധിക്യം കാരണം നാരദർ കൃഷ്ണൻ പറഞ്ഞത് ശ്രദ്ധിച്ചതേയില്ല. അദ്ദേഹം മതിയാകും വരെ ജലം കുടിച്ചു. ജലം കുടിച്ചു കഴിഞ്ഞതും നാരദർ ഒരു സ്ത്രീ ആയി മാറി. നാരദർ ആകെ കഷ്ടത്തിലായി. സുന്ദരിയായ യുവതിയായി മാറിയിരിക്കുന്ന താനിവിടെ ഒറ്റയ്ക്കാണ്. ശ്രീകൃഷ്ണന്റെയോ, വിമാനത്തിന്റെയോ പൊടിപോലും കാണാനില്ല. യുവതി വനത്തിൽ അലഞ്ഞുതിരിയാൻ തുടങ്ങി. അവസാനം അവൾ ഒരു സന്യാസിയുടെ ആശ്രമത്തിലെത്തി. അദ്ദേഹം സമാധിയിലായിരുന്നു. ഋഷി സമാധിയിൽ നിന്നുണരും വരെ അവൾ കാത്തിരുന്നു. ധ്യാനത്തിൽ നിന്നുണർന്ന മഹർഷി അതീവസുന്ദരിയായ ഒരു യുവതിയെ മുന്നിൽ കണ്ടു. തന്നെ

ശിഷ്യയായി സ്വീകരിക്കണമെന്ന് അവൾ മുനിയോട് അപേക്ഷിച്ചു. മുനി ആ അപേക്ഷ സസന്തോഷം സ്വീകരിച്ചു. ശിഷ്യയെ കൂടുതൽ അടുത്തറിഞ്ഞ മുനി അവളെ തന്റെ ഭാര്യയാക്കാൻ തീരുമാനിച്ചു. മുനി പതിയായി തീർന്ന യുവതി അയാളെ നല്ലവണ്ണം സേവിച്ചു. അവളുടെ പരിചരണത്തിൽ മുനി ഏറെ സന്തുഷ്ടനായിരുന്നു. ക്രമേണ അവൾ അറുപത് പുത്രന്മാരുടെ മാതാവായി.

കുറെക്കാലം സന്തുഷ്ടമായ കുടുംബജീവിതം നയിക്കാൻ അവൾക്ക് സാധിച്ചു. പിന്നീട് അവളുടെ ഭർത്താവും പുത്രന്മാരും ഒന്നിച്ച് മരിച്ചു. അവൾക്ക് അടക്കാനാവാത്ത സങ്കടം ഉണ്ടായി. തന്റെ എല്ലാ സൗഭാഗ്യവും ഇല്ലാതായതായി അവൾക്ക് തോന്നി. അവൾ ഉറക്കെ കരഞ്ഞു. തന്റെ ജീവിതത്തിനിനിയെന്തർത്ഥമെന്നവൾ ചിന്തിച്ചു. പെട്ടെന്ന് അതികലശലായ വിശപ്പ് അവളെ ബാധിച്ചു. സമീപത്തുനിന്ന മാവിൽ നിന്നും മാമ്പഴം പറിച്ച് വിശപ്പടക്കുവാൻ അവൾ ശ്രമിച്ചു. പക്ഷേ, അവയെ സ്പർശിക്കുവാനുള്ള ഉയരം അവൾക്കുണ്ടായിരുന്നില്ല. പലമട്ടിൽ ശ്രമിച്ചിട്ടും മാമ്പഴങ്ങൾ കൈവശപ്പെടുത്തുവാൻ അവൾക്ക് കഴിഞ്ഞില്ല. വിശപ്പ് അതിന്റെ പാരമ്യത്തിലെത്തി. അവൾ തന്റെ പ്രിയപ്പെട്ടവരുടെ ശവങ്ങളെ ഒന്നിച്ചിട്ട് അതിമേൽ കയറി ഒരു മാമ്പഴം പറിച്ചു. അത് ആർത്തിയോടെ തിന്നാനൊരുങ്ങിയപ്പോൾ ഒരു ബ്രാഹ്മണൻ അവിടെ പ്രത്യക്ഷപ്പെട്ടു. ഭുജിക്കും മുമ്പ് സ്നാനം ചെയ്യണമെന്ന് നിങ്ങൾക്ക് അറിയില്ലേ?

ഭർത്താവും മക്കളും മരിച്ചുകിടക്കുന്നതിനിടയിൽ നിന്ന് സ്നാനം ചെയ്യാതെ ഫലം ഭക്ഷിക്കുവാൻ നിങ്ങൾക്കെങ്ങനെ കഴിയും.? ബ്രാഹ്മണന്റെ പരുഷമായ ചോദ്യം കേട്ട് അവൾ അടുത്തുള്ള സരസ്സിൽ മുങ്ങികുളിക്കുവാൻ തയ്യാറായി. പക്ഷേ, കഷ്ടപ്പെട്ട് സ്വന്തമാക്കിയ മാമ്പഴം കൈവിട്ടുകളയുവാൻ അവൾ തയ്യാറായിരുന്നില്ല. ജലത്തിൽ മുങ്ങിയപ്പോൾ മാമ്പഴം പിടിച്ച കൈ അവൾ ഉയർത്തി പിടിച്ചിരുന്നു. അവൾ സരസ്സിൽ നിന്നും മുങ്ങിപ്പൊങ്ങി വന്നപ്പോൾ ഒരു അത്ഭുതം സംഭവിച്ചു. യുവതി പഴയരൂപത്തിലേക്ക്-നാരദരൂപത്തിലേക്ക്-മടങ്ങിയിരുന്നു. സരസ്സിൽ മുങ്ങാതിരുന്ന കൈകൾക്ക് അപ്പോഴും സ്ത്രീയുടെ ലക്ഷണമായിരുന്നു. നാരദരുടെ മുമ്പാകെ ശ്രീകൃഷ്ണൻ പ്രത്യക്ഷപ്പെട്ടു. ശ്രീകൃഷ്ണന്റെ നിർദ്ദേശപ്രകാരം നാരദർ ആ സരോവരത്തിൽ പൂർണ്ണമായി മുങ്ങിക്കുളിച്ചു. നാരദർക്ക് പൂർണ്ണമായും പഴയരൂപം തിരിച്ചുകിട്ടി. കയ്യിലിരുന്ന മാമ്പഴം മനോഹരമായ ഒരു വീണയായി മാറി. ശ്രീകൃഷ്ണനും നാരദരും ദ്വാരകയിലേക്ക് മടങ്ങി. നാരദർക്ക് ഈ ജീവിതയാത്രയിൽ നിന്നും പല പാഠങ്ങളും പഠിക്കുവാൻ സാധിച്ചു. ഭൗതികമായ വിശപ്പും ദാഹവും ശമിപ്പിക്കുവാൻ

മനുഷ്യൻ എത്രമാത്രം കഷ്ടപ്പെടുന്നുവെന്ന് അദ്ദേഹത്തിന് മനസ്സിലായി. മനുഷ്യന് വിശപ്പടക്കുവാൻ സ്വന്തക്കാരുടെ ശവകുമ്പാരത്തിന്റെ മുകളിലേറേണ്ടതായിവരാം. ഭൗതികമായ ആവശ്യങ്ങളെ പാടെ വെടിഞ്ഞ് ആദ്ധ്യാത്മികതയിൽ മുങ്ങുവാൻ ആർക്കും എളുപ്പമല്ല. മാമ്പഴം കൈയ്യിൽ ഉയർത്തിപ്പിടിച്ചുകൊണ്ട് സരോവരത്തിൽ മുങ്ങാൻ ഭാവിച്ച നാരദർക്ക് ഭൗതികതയെ കൈവെടിയുവാനുള്ള മനുഷ്യന്റെ വൈമനസ്യം എത്രത്തോളമാണെന്ന് മനസ്സിലായി. ഇന്നും പല സന്യാസിമാരും ഭൗതികതയുടെ മാമ്പഴത്തെ ഉയർത്തിപ്പിടിച്ചുകൊണ്ടാണ് ആദ്ധ്യാത്മികതയുടെ സരസ്സിൽ മുങ്ങാൻ ശ്രമിക്കുന്നത്. വിശപ്പിന്റെയും ദാഹത്തിന്റെയും വിളിക്കപ്പുറത്ത് ആദ്ധ്യാത്മികതയുടെ വിളി കേൾക്കുവാൻ പണ്ടും ഇന്നും മനുഷ്യന് സാധിക്കുന്നില്ല.

●

ഭർത്തൃഹരിയും രാജ്ഞിയും

കലിംഗരാജാവായിരുന്ന ഭർത്തൃഹരിയെ ഒരുനാൾ ഒരു മഹായോഗി സന്ദർശിച്ചു. യോഗിയെ രാജാവ് വിധിയാംവണ്ണം സൽക്കരിച്ചു. വിടവാങ്ങാൻ നേരത്ത് യോഗീശ്വരൻ രാജാവിന് ഒരു വിശിഷ്ടമായ മാമ്പഴം സമ്മാനിച്ചു. സകലയോഗ്യതകളുമുള്ള അവിടുന്ന് ആയുരാരോഗ്യ സൗഖ്യത്തോടെ ചിരകാലം ജീവിക്കേണ്ടതുണ്ട്. ഈ മാമ്പഴം ഭക്ഷിച്ചാൽ അവിടുന്ന് ജരാനരകൾ ബാധിക്കാതെ എന്നും ജീവിച്ചിരിക്കും. യോഗി രാജാവിനെ അനുഗ്രഹിച്ച ശേഷം വിടവാങ്ങി. യോഗി പോയശേഷം രാജാവ് തന്റെ പ്രിയതമയെപ്പറ്റി ആലോചിച്ചു. ഞാൻ ചിരഞ്ജീവിയായാലും എന്റെ പ്രിയതമ ജരാനര ബാധിച്ച് മരിക്കുമല്ലോ.? പിന്നെ നിത്യ യൗവനം കിട്ടിയിട്ട് എനിക്കെന്തു കാര്യം. ഈ മാമ്പഴം പ്രിയതമയ്ക്ക് നൽകാം. രാജാവ് യോഗിയിൽ നിന്നും ലഭിച്ച വിശിഷ്ടമായ മാമ്പഴം തന്റെ പ്രിയതമയ്ക്ക് സമ്മാനിച്ചു. ഈ മാമ്പഴം അമൃത് സമാനമാണെന്ന് അദ്ദേഹം അവളെ ധരിപ്പിച്ചു. രാജ്ഞിയോട് ഭർത്തൃഹരിക്ക് ഏറെ പ്രീതിയുണ്ടായിരുന്നെങ്കിലും അവർക്ക് ഒരു ജാരൻ ഉണ്ടായിരുന്നു. അയാൾ കൊട്ടാരത്തിലെ ഒരു കുതിരക്കാരനായിരുന്നു. അയാളുടെ ഭാര്യ കൊട്ടാരത്തിലെതന്നെ ഒരുദാസിയായിരുന്നു. രാജ്ഞി തനിക്കുകിട്ടിയ ദിവ്യമായ മാമ്പഴത്തെ ജാരനു സമ്മാനിച്ചു. രാജ്ഞിയുടെ ജാരനായ കുതിരക്കാരൻ തനിക്കു ലഭിച്ച മാമ്പഴം തന്റെ ഭാര്യക്കായി മാറ്റി വച്ചു. കുതിരക്കാരനിൽ നിന്നും മാമ്പഴം സ്വീകരിച്ച ഭാര്യ കൊട്ടാരത്തിലെ ജോലികഴിഞ്ഞ് വീട്ടിലേക്ക് മടങ്ങുകയായിരുന്നു. ഈ സമയത്ത് രാജാവ് ഭർത്തൃഹരി ദാസിയെ കാണാൻ ഇടയായി. അവളുടെ കൈയിലിരിക്കുന്ന മാമ്പഴം യോഗിയിൽ നിന്നും തനിക്കു കിട്ടിയതാണെന്ന് അദ്ദേഹം തിരിച്ചറിഞ്ഞു. ദാസിയെ ചോദ്യം

ചെയ്തപ്പോൾ തന്റെ ഭർത്താവാണ് മാമ്പഴം സമ്മാനിച്ചതെന്ന് അവൾ അറിയിച്ചു.

ഭർത്തൃഹരി ഇക്കാര്യത്തിൽ വിശദമായ അന്വേഷണം നടത്തി. കാര്യങ്ങളെല്ലാം അദ്ദേഹത്തിന് ബോദ്ധ്യപ്പെട്ടു. പ്രാണനെക്കാളേറെ താൻ സ്നേഹിച്ച പ്രിയതമയ്ക്ക് ഒരു കുതിരക്കാരനുമായി ബന്ധമുണ്ടെന്നറിഞ്ഞ രാജാവിന് ജീവിതനൈരാശ്യം ബാധിച്ചു. കുതിരക്കാരനെ അദ്ദേഹം വെറുതെ വിട്ടു. അയാൾ വിശ്വസ്ത ദൂതൻ മുഖേന രാജ്ഞിയെ വിവരങ്ങളൊക്കെ ധരിപ്പിച്ചു. തന്റെ രഹസ്യങ്ങളൊക്കെ രാജാവ് മനസ്സിലാക്കിയെന്ന് ബോദ്ധ്യപ്പെട്ടപ്പോൾ രാജ്ഞി രാജാവിനെ കൊല്ലാൻ പദ്ധതിയിട്ടു. ഒരു മധുരപലഹാരം ഉണ്ടാക്കിയിട്ട് അതിൽ വിഷം ചേർത്ത് അവൾ രാജാവിന് കൊടുത്തു. രാജ്ഞിയുടെ തനി സ്വഭാവം മനസ്സിലാക്കിയിരുന്നതിനാൽ അദ്ദേഹം ആ പലഹാരം കഴിച്ചില്ല. ഒരു ഭിക്ഷുവിന്റെ ജീവിതമാണ് തനിക്ക് അഭികാമ്യമെന്ന് ചിന്തിച്ച ഭത്തൃഹരി കൊട്ടാരം വിട്ടിറങ്ങി. അദ്ദേഹം പടിക്കുപുറത്തിറങ്ങിയപ്പോൾ കൊട്ടാരത്തിന് തീപിടിക്കുകയും സർവസ്വവും കത്തി ചാമ്പലാകുകയും ചെയ്തു.

ഭർത്തൃഹരി ദൂരെയുള്ള ഒരു ക്ഷേത്രത്തിലെത്തി സ്വാനുഭവങ്ങളുടെ വെളിച്ചത്തിൽ സാഹിത്യരചന നിർവഹിക്കുവാൻ തുടങ്ങി. സന്യാസി തുല്യമായ ജീവിതം നയിച്ച അദ്ദേഹം ഭക്തി, നീതി, ശൃംഗാരം എന്നീ വിഷയങ്ങളെ അധികരിച്ച് രചനകൾ നിർവഹിച്ചു. നീതി, സുഭാഷിതം, ശൃംഗാരശതകം, വൈരാഗ്യശതകം മുതലായവ അദ്ദേഹത്തിന്റെ പ്രശസ്ത കൃതികളാണ്. ജീവിതത്തിൽ ഭൗതികമായ ഉയർച്ചയും താഴ്ചയും കൈവരിച്ച, സ്നേഹത്തിന്റെയും വിശ്വാസത്തിന്റെയും ഒക്കെ മൂല്യം ശരിയായി തിരിച്ചറിഞ്ഞ ഭർത്തൃഹരി സാഹിത്യകാരൻ എന്ന നിലയ്ക്ക് വളരെ പ്രശസ്തനായി മാറി.

●

അതിപ്രഗത്ഭൻ

മഹാഭാരത യുദ്ധത്തിൽ കൗരവർ നിശ്ശേഷം പരാജയപ്പെട്ടു. യുദ്ധത്തിൽ എല്ലാപേരും തങ്ങളുടേതായ പങ്ക് വഹിച്ചിരുന്നു. യുദ്ധം അവസാനിച്ചുകഴിഞ്ഞ് പാണ്ഡവർ ഒത്തുകൂടി യുദ്ധസംബന്ധിയായ ഒരു വിശകലനം നടത്തി. ശ്രീകൃഷ്ണന്റെ സാന്നിദ്ധ്യത്തിൽ നടന്ന വിശകലനയോഗത്തിൽ ഭീമനൊഴിച്ചുള്ളവരെല്ലാം ശ്രീകൃഷ്ണൻ കാരണമാണ് യുദ്ധത്തിൽ പാണ്ഡവർക്ക് വിജയിക്കാൻ കഴിഞ്ഞതെന്ന് അഭിപ്രായപ്പെട്ടു. ദുര്യോധനനും ദുശ്ശാസനനും ഉൾപ്പെടെയുള്ള കൗരവപ്രമുഖരെ കൊന്ന താനാണ് യുദ്ധവിജയത്തിന് പ്രധാനകാരണക്കാരനെന്ന് ഭീമൻ അവകാശപ്പെട്ടു. യുദ്ധത്തിൽ വിജയിച്ചശേഷം ഭീമന് അഹങ്കാരം ഏറെ വർദ്ധിച്ചിരിക്കുന്നതായി കൃഷ്ണന് തോന്നി. യുദ്ധത്തിൽ മരിച്ച ബന്ധുക്കൾക്ക് ശ്രാദ്ധം നടത്തുവാനായി പണം ചോദിച്ച ധൃതരാഷ്ട്രരെ ഭീമൻ അപമാനിക്കുകയുണ്ടായി. ഭീമന്റെ അഹന്ത ശമിപ്പിക്കേണ്ടത് അത്യാവശ്യമാണെന്ന് ശ്രീകൃഷ്ണന് ബോദ്ധ്യപ്പെട്ടു. ഒരു ദിവസം ഗരുഡന്റെ പുറത്തെഴുന്നള്ളിയ ശ്രീകൃഷ്ണൻ സഹയാത്രികനാകാൻ ഭീമനെ ക്ഷണിച്ചു. ദക്ഷിണ ദിക്കിലേക്കായിരുന്നു യാത്ര. ഗരുഡൻ ലങ്കയ്ക്കു സമീപമുള്ള ഒരു പ്രദേശത്തെത്തി. അവിടെ പന്ത്രണ്ട് യോജന വിസ്താരമുള്ള ഒരു സരോവരം ഉണ്ടായിരുന്നു. അതിന്റെ കരയിൽ ഇറങ്ങിയശേഷം ശ്രീകൃഷ്ണൻ ഭീമനോട് സരസ്സിന്റെ അക്കരെ കണ്ടുപിടിച്ചിട്ടുവരുവാൻ ആവശ്യപ്പെട്ടു. അത്യുത്സാഹത്തോടെ മുമ്പോട്ടുപോയ ഭീമൻ അധികം താമസിയാതെ വെപ്രാളത്തോടെ ശ്രീകൃഷ്ണന്റെ അരികിലെത്തി അഭയം യാചിച്ചു. ഭീമന് സരോവരത്തിന്റെ കരയിലൂടെ അധികം മുൻപോട്ടു പോകാനായില്ല. അവിടെയുണ്ടായിരുന്ന ചില രാക്ഷസർ ഭീമനെ നിസ്സാരമായി എതിർത്തു തോൽപ്പിച്ചു. ഈ മഹാസരോവരത്തിന്റെ വ്യാപ്തി അറിയുവാൻ തനിക്ക് കെല്പില്ലെന്ന് ഭീമസേൻ

കിതച്ചുകൊണ്ട് കൃഷ്ണനോട് പറഞ്ഞു. ശ്രീകൃഷ്ണൻ തന്റെ മോതിരം കൊണ്ട് ആ സരോവരത്തെ തോണ്ടി ദൂരെ എറിഞ്ഞു. ഭീമന് ആ ദൃശ്യം വിശ്വസിക്കാൻ പ്രയാസമായിരുന്നു. അന്തംവിട്ടുനിന്ന ഭീമസേനനോട് ശ്രീകൃഷ്ണൻ പറഞ്ഞു, 'ഇത് രാമ-രാവണയുദ്ധത്തിൽ ശ്രീരാമനാൽ വധിക്കപ്പെട്ട കുംഭകർണ്ണന്റെ തലയോട്ടിയാണ്.'

ഒരു രാക്ഷസന്റെ തലയോട്ടിയിൽ ജലം നിറഞ്ഞപ്പോൾ അത് മഹാസരസ്സാണെന്നുതോന്നിയ തന്റെ വിവേകശൂന്യതയോർത്ത് ഭീമൻ പരിതപിച്ചു. നിരവധി രാക്ഷസന്മാരെ കൊന്ന ശ്രീകൃഷ്ണന്റെ ബുദ്ധിക്കും ശക്തിക്കും മുമ്പിൽ താനെത്ര നിസ്സാരനാണെന്ന് ഭീമസേനൻ ചിന്തിച്ചു. തന്റെ അവിവേകത്തിന് അയാൾ ശ്രീകൃഷ്ണനോട് മാപ്പ് ചോദിച്ചു.

അതിപ്രഗത്ഭനെന്ന് സ്വയം കരുതി നടക്കുന്നവൻ സ്വന്തമായി ഒരു കാര്യം ചെയ്യുവാൻ ഇറങ്ങിത്തിരിക്കുമ്പോഴാണ് തന്റെ പരിമിതികളെപ്പറ്റി ബോധവാനാകുക.

●

ഗുരുവും ശിഷ്യനും

ഒരിക്കൽ അംഗിരസ്സിന്റെ പുത്രനായ ഭ്രുതിമഹർഷി തന്റെ ഉത്തമ ശിഷ്യനായ ശാന്തിയെ അരികിൽ വിളിച്ചിട്ട് ഇപ്രകാരം പറഞ്ഞു. നാം സഹോദരനായ സുവർച്ചയുടെ യജ്ഞത്തിൽ പങ്കെടുക്കുവാൻ പോകുകയാണ്. മടങ്ങിയെത്താൻ കാലവിളംബം ഉണ്ടായെന്നു വരാം. ഈ ആശ്രമത്തിന്റെ ചുമതല നിന്നെ ഏല്പിക്കുന്നു. നിഷ്ഠയോടെ എല്ലാ കാര്യങ്ങളും നോക്കുക. വിശേഷിച്ച് യാഗാഗ്നി ശോഷിക്കാതെ പരിപാലിക്കുക.

ഗുരു ഏല്പിച്ച ഉത്തരവാദിത്തം ശാന്തി വളരെ നിഷ്ഠയോടെ നിറവേറ്റി വന്നു. ഗുരു മടങ്ങി വരും വരെ ഒരു കുറവുമില്ലാതെ ആശ്രമ പരിപാലനം നടത്താൻ തനിക്ക് കഴിയേണമേയെന്ന് അവൻ മനമുരുകി പ്രാർത്ഥിച്ചു. എന്തെങ്കിലും വീഴ്ചയുണ്ടായിപ്പോയാൽ ഗുരുവിന്റെ ശാപം ഉറപ്പാണ്. ഏറെ സദ്ഗുണങ്ങൾ ഉള്ളവനാണെങ്കിലും ഭ്രുതി മഹർഷിക്ക് വികാരങ്ങളുടെ മേൽ പൂർണ്ണ നിയന്ത്രണം ഉണ്ടായിരുന്നില്ല. മുൻകോപത്തിന്റെ കാര്യത്തിൽ ഇദ്ദേഹം ദുർവാസാവിനെ കടത്തിവെട്ടുമായിരുന്നു.

ഗുരുവിന്റെ അഭാവം അറിയാത്ത രീതിയിൽ ആശ്രമകാര്യങ്ങൾ നിർവഹിക്കുവാൻ ശാന്തിക്ക് സാധിച്ചു. കുറെ ദിവസങ്ങൾ കഴിഞ്ഞപ്പോൾ ഭ്രുതി മഹർഷി മടങ്ങി വരാറായി എന്ന് അയാൾക്ക് തോന്നി. ഏറെക്കാലത്തിന്ശേഷം മടങ്ങിയെത്തുന്ന ഗുരുവിന് ഭക്ഷിക്കുവാനായി വിശിഷ്ട ഫലമൂലാദികൾ ശേഖരിക്കുന്നതിനായി ശാന്തി വനത്തിന്റെ ഉൾഭാഗത്തേക്ക് പോയി. ഗുരുവിന് വേണ്ടുന്ന വിശിഷ്ട ഫലങ്ങൾ ശേഖരിച്ച് ശാന്തി ആശ്രമത്തിൽ മടങ്ങിയെത്തി. നിഷ്ഠയോടെ താൻ പരിപാലിച്ചിരുന്ന യാഗാഗ്നി അണഞ്ഞിരിക്കുന്നത് കണ്ട് ശാന്തി ഞെട്ടിപ്പോയി. ഗുരുവിന്റെ ശാപത്തിന്

ഇരയാകുന്നതിനേക്കാൾ മരണമാണ് ഭേദമെന്ന് അദ്ദേഹത്തിന് തോന്നി. ഗുരുവിന്റെ പ്രത്യക നിർദ്ദേശം പാലിക്കാൻ കഴിയാതെ വന്നതിനാൽ കുറ്റബോധം കൊണ്ട് ശാന്തിയുടെ മനസ്സ് വെന്തെരിഞ്ഞു. യാഗാഗ്നി വീണ്ടും ജ്വലിപ്പിച്ചാൽ ജ്ഞാനദൃഷ്ടികൊണ്ട് ഗുരു അത് മനസ്സിലാക്കും. കൃത്യവിലോപം മറച്ചു വയ്ക്കാൻ ശ്രമിച്ചതിനുള്ള ശിക്ഷയും അനുഭവിക്കേണ്ടിവരും.

ശാന്തി അഗ്നി ദേവനെ മനമുരുകി പ്രാർത്ഥിച്ചു. അവന്റെ നിഷ്ക്കളങ്കവും നിസ്വാർത്ഥവും സമർപ്പിതവുമായ മനസ്സിന്റെ പ്രകാശം അഗ്നി ദേവനെ വളരെയേറെ സ്വാധീനിച്ചു. ദേവൻ ശാന്തിയുടെ മുമ്പാകെ പ്രത്യക്ഷനാവുകയും എന്തു വരമാണ് വേണ്ടതെന്ന് ചോദിക്കുകയും ചെയ്തു. അഗ്നിദേവാ, ഇത്രകാലം ഞാൻ കെടാതെ സൂക്ഷിച്ച യാഗാഗ്നി ഇപ്പോൾ അണഞ്ഞിരിക്കുന്നു. എന്റെ ഗുരുനാഥൻ ആശ്രമത്തിലെത്തുമ്പോൾ യാഗാഗ്നി പഴയതുപോലെ ജ്വലിക്കണം. അദ്ദേഹത്തിന് പുത്രഭാഗ്യം ഉണ്ടാകാൻ അനുഗ്രഹിക്കണം. പുത്ര ജന്മത്തോടെ അദ്ദേഹത്തിന് ആർദ്രമാനസനാകാനും ജീവജാലങ്ങളോട് വർദ്ധിച്ച സ്നേഹത്തോടെ ഇടപഴകാനും കഴിയണം.

ഭ്രതി മഹർഷിക്കായി നീ ആഗ്രഹിച്ച കാര്യങ്ങളൊക്കെ സാധിച്ചു തരുന്നതാണ്. നിനക്കായ് നാം എന്തൊക്കെയാണ് ചെയ്യേണ്ടത്? ഗുരുവിന്റെ കാര്യങ്ങൾ നിറവേറ്റപ്പെടുമ്പോൾ എന്റെ കാര്യങ്ങൾ സ്വാഭാവികമായും നിറവേറ്റപ്പെടുമല്ലോ? ശിഷ്യനെ സംബന്ധിച്ച് ഇതിൽപരം ശ്രേഷ്ഠമായ വരമെന്തുള്ളൂ? സ്വയം തപം ചെയ്ത് അന്യർക്കുവേണ്ടി വരദാനമേറ്റുവാങ്ങിയ ശാന്തി മഹർഷിയോട് അഗ്നിദേവന് വലിയ മതിപ്പു തോന്നി.

ഭ്രതി മഹർഷി ഏറെ സന്തുഷ്ടനായാണ് ആശ്രമത്തിൽ മടങ്ങിയെത്തിയത്. ശാന്തിയോട് പതിവില്ലാത്ത വിധം ചിരിച്ചുകൊണ്ട് അദ്ദേഹം പറഞ്ഞു. 'എന്താണെന്നറിയില്ല... മറ്റ് ജീവജാലങ്ങളോട് എനിക്ക് മുമ്പൊന്നുമില്ലാത്ത വിധം സ്നേഹം തോന്നുന്നു.' ഗുരുവിന്റെ പ്രകൃതത്തിൽ വന്ന മാറ്റം ശാന്തിയെ ഏറെ സന്തോഷിപ്പിച്ചു. അദ്ദേഹത്തിന്റെ അഭാവത്തിൽ ആശ്രമത്തിൽ നടന്ന കാര്യങ്ങളെല്ലാം ശാന്തി വിവരിച്ചു. സത്യസന്ധനും നിസ്വാർത്ഥനും ഗുരുഭക്തനുമായ ശിഷ്യനിൽ അദ്ദേഹത്തിന് ഏറെ സ്നേഹവും അഭിമാനവും തോന്നി.

അറിവ് നേടാൻ സർവ്വഥാ യോഗ്യനെന്ന് സ്ഥാപിച്ച ശാന്തി മഹർഷിയെ ഗുരു മനസ്സു തുറന്ന് വേദ-വേദാന്ത കാര്യങ്ങൾ അഭ്യസിപ്പിച്ചു. ഭ്രതി മഹർഷിക്ക് ഒരു പുത്രൻ ജനിച്ചു. അയാൾ ഭൗത്യൻ എന്ന പേരിൽ അറിയപ്പെട്ടു. പ്രജാപതിസ്ഥാനത്ത് അവരോധിക്കപ്പെട്ട ഭ്രതി മഹർഷി പരമ സാത്വികനായി മാറി. ശാന്തിയാകട്ടെ,

ആദ്ധ്യാത്മിക അനുഭൂതി നിമിത്തം എന്നും പരമ ശാന്തിക്ക് അർഹനായി.

സ്നേഹം, നിസ്വാർത്ഥത, ആത്മാർത്ഥത, ഗുരുഭക്തി, നൈർമ്മല്യം എന്നീ പഞ്ചഭാവങ്ങൾ ആത്മാവിൽ കത്തി നിന്നാൽ സ്വാഭാവികമായും ദൈവകാര്യത്തിന്റെ അഗ്നി നമ്മുടെ മനസ്സിൽ എന്നെന്നും കെടാതെ നില്ക്കും. സുകൃതികൾക്ക് മാത്രമെ ശാന്തി അനുഭവവേദ്യമാവുകയുള്ളൂ. സ്നേഹിക്കുവാനും സ്നേഹിക്കപ്പെടുവാനും കഴിയുമ്പോൾ മാത്രമെ ജീവിതത്തിന് ആസ്വാദ്യതയുണ്ടാകുന്നുള്ളുവെന്നാണ് ശാന്തിയുടെയും ഭൂതിയുടെയും കഥ നമ്മെ ഓർമ്മപ്പെടുത്തുന്നത്.

●

വാനോളം ഉയർന്ന നഹുഷൻ

ഒരിക്കൽ പരമശിവനും പാർവതിയും നന്ദന വനത്തിൽ സ്വൈരസല്ലാപത്തിൽ ഏർപ്പെട്ടിരിക്കുകയായിരുന്നു. സംസാരവേളയിൽ അവിടെയുള്ള കല്പവൃക്ഷം പാർവതിയുടെ ശ്രദ്ധയിൽപ്പെട്ടു. ലോകകാര്യങ്ങൾ ശിവനോട് ചോദിച്ചറിയുന്ന ശീലമുള്ള പാർവതി കല്പവൃക്ഷത്തെപ്പറ്റി കൂടുതൽ കാര്യങ്ങളറിയാൻ ആഗ്രഹിച്ചു. കല്പവൃക്ഷത്തിന് നമ്മുടെ അഭീഷ്ടങ്ങൾ സാധിച്ചു തരുവാൻ കഴിയുമെന്ന് ശിവൻ പാർവതിയോട് പറഞ്ഞു. ഉടൻ തന്നെ തനിക്ക് ഒരു പെൺകുട്ടിയെ നല്കണമെന്ന് പാർവതി കല്പവൃക്ഷത്തോട് ആവശ്യപ്പെട്ടു. കല്പവൃക്ഷം പാർവതിക്കായി അതിസുന്ദരിയായ ഒരു പെൺകുട്ടിയെ നല്കി. പാർവതി അവൾക്ക് അശോകസുന്ദരിയെന്ന് പേരിട്ടുവളർത്തി. കൗമാരം പിന്നിട്ട അശോകസുന്ദരിയോട് ഒരിക്കൽ പാർവതി പറഞ്ഞു-"നീ ചന്ദ്രവംശത്തിലെ ഇന്ദ്രസമാനനായ നഹുഷരാജാവിന്റെ പത്നിയായിത്തീരും."

അശോകസുന്ദരി സഖിമാരുമൊത്ത് നന്ദനവനത്തിൽ ഉല്ലസിക്കുകയായിരുന്നു. അപ്പോൾ അതുവഴി വന്ന ഹുണ്ഡൻ എന്ന അസുരയുവാവ് അവളുടെ സൗന്ദര്യത്തിൽ ഭ്രമിച്ചു. അയാൾ അശോകസുന്ദരിയെ സമീപിച്ചിട്ട് പറഞ്ഞു. 'ഞാൻ വിപ്രചിത്തിയുടെ മകനാണ്. സുന്ദരിയായ നിന്നെ എന്റെ പത്നീപദം അലങ്കരിക്കുവാൻ ക്ഷണിക്കുന്നു. 'നഹുഷന്റെ പ്രതിശ്രുതവധുവായ എനിക്ക് മറ്റൊരു പുരുഷനെപ്പറ്റി ചിന്തിക്കുവാൻകൂടി കഴിയില്ല. താങ്കൾ ക്ഷമിക്കണം.' അശോകസുന്ദരി പറഞ്ഞു. 'സുന്ദരികൾക്ക് വിവേകം ഒരു അലങ്കാരമാണ്. യുവതിയായ നീ എന്നോ ജനിക്കാനിരിക്കുന്ന നഹുഷനുവേണ്ടി കാത്തിരിക്കുന്നുവോ? യുവാവായ എന്നോടൊത്ത് വിവാഹജീവിതം നയിക്കുകയാണുചിതം.' അശോകസുന്ദരി തന്റെ ഇംഗിതത്തിന് വഴങ്ങില്ലെന്നുകണ്ട ഹുണ്ഡൻ തല്ക്കാലം പിൻവാങ്ങി. പക്ഷേ, അവളെ

മറക്കുവാൻ അയാൾക്ക് കഴിഞ്ഞില്ല. ഏതു വിധേനയും അവളെ സ്വന്തമാക്കണമെന്നയാൾ തീരുമാനിച്ചു. ഒരിക്കൽ ഒരു യുവതിയുടെ വേഷത്തിൽ ഹുണ്ഡൻ അശോകസുന്ദരിയെ സമീപിച്ചു. തന്റെ വാക്ചാതുര്യത്തിൽ ആകൃഷ്ടയായ അശോകസുന്ദരിയെ അവൾ സുഹൃത്താക്കി. ഒരു ദിവസം സ്ത്രീ വേഷധാരിയായ ഹുണ്ഡൻ അവളെ തന്റെ കൊട്ടാരത്തിലെത്തിക്കുന്നതിൽ വിജയിച്ചു. കൊട്ടാരത്തിലെത്തിയ അശോകസുന്ദരി ഹുണ്ഡന്റെ കാപട്യം തിരിച്ചറിഞ്ഞു. അയാൾ ബലമായി തന്റെ അഭീഷ്ടം സാധിക്കുവാൻ ശ്രമിച്ചു. ചതിയനായ ഹുണ്ഡൻ നഹുഷന്റെ കൈകളാൽ വധിക്കപ്പെടുമെന്നവൾ ശപിച്ചു.

അഭിശപ്തനായ ഹുണ്ഡൻ ശാപത്തിൽ നിന്നും രക്ഷപ്പെടുവാനുള്ള ഉപായങ്ങൾ തേടി. നഹുഷൻ ഇനിയും ജനിച്ചിട്ടില്ല. അതുകൊണ്ട് തല്ക്കാലം ജീവന് ഭീഷണിയില്ല. നഹുഷൻ ജനിക്കാതിരിക്കാനുള്ള മാർഗ്ഗങ്ങൾ അയാൾ ആലോചിച്ചു. ചന്ദ്രവംശത്തിലെ ആയുസ്സ് എന്ന രാജാവിന് ഇന്ദുമതിയെന്ന ഭാര്യയിൽ നിന്നുമായിരിക്കും നഹുഷന്റെ ജന്മമെന്ന് ഹുണ്ഡൻ മനസ്സിലാക്കി. സന്താന ഭാഗ്യത്തിനായി ഇന്ദുമതിയും ആയുസ്സും ദത്താത്രേയ മഹർഷിയെ സേവിക്കുകയാണെന്നറിഞ്ഞ ഹുണ്ഡൻ ഇന്ദുമതിയെ അപഹരിച്ച് കൊണ്ടുവരാനായി തന്റെ മന്ത്രിയായ കമ്പനനെ ചുമതലപ്പെടുത്തി. പക്ഷേ, ആ ശ്രമം വിജയിച്ചില്ല. പുത്രലാഭത്തിനുവേണ്ടി തന്നെ ശരണം പ്രാപിച്ച ആയുസ്സിനെ ദത്താത്രേയൻ ഏറെ പരീക്ഷിച്ചു. പരീക്ഷണങ്ങളിലെല്ലാം വിജയിച്ച ആയുസ്സിന് ദത്താത്രേയൻ വിശിഷ്ടമായ ഒരു ഫലം നല്കി. ആ ഫലം രാജാവ് ഇന്ദുമതിക്ക് നല്കി. അധികം താമസിയാതെ അവർക്കൊരു പുത്രൻ ജനിച്ചു. ഈ ശിശുവിനെ തട്ടിയെടുക്കുവാനായി ശ്രമിച്ചുകൊണ്ടിരുന്ന ഹുണ്ഡൻ ഒരു ദിവസം ഇന്ദുമതിയുടെ മുറിയിൽ നിന്നും കുട്ടിയെ തട്ടിയെടുത്തു. ശിശുവിനെ കൊന്ന് പാചകം ചെയ്തുകൊണ്ടുവരുവാനുള്ള ജോലി ഏറ്റെടുക്കേണ്ടി വന്ന മേഖല എന്ന ദാസി ശിശുവിനെ ഒളിപ്പിച്ചു. മേഖലയ്ക്കുവേണ്ടി പാചകക്കാരൻ ശിശുമാംസമെന്ന പേരിൽ മറ്റേതോമാംസം പാചകം ചെയ്തു കൊടുക്കുകയും ശിശുവിനെ രാത്രിയിൽ വസിഷ്ഠാശ്രമത്തിന്റെ പരിസരത്ത് കൊണ്ടുപോയി കിടത്തുകയും ചെയ്തു. പിറ്റേന്ന് വസിഷ്ഠൻ ആ ശിശുവിനെ കാണുകയും നഹുഷൻ എന്ന് പേരിട്ട് വളർത്തുകയും ചെയ്തു. ഇതിനിടയിൽ പുത്രശോകത്താൽ തളർന്നുപോയ ആയുസ്സിനേയും ഇന്ദുമതിയേയും നാരദമഹർഷി ആശ്വസിപ്പിച്ചു. പുത്രൻ മടങ്ങിയെത്തുമെന്ന് അദ്ദേഹം പ്രവചിച്ചു. ഹുണ്ഡാസുരനാകട്ടെ, നഹുഷനെ ഭക്ഷിച്ചുകഴിഞ്ഞുവെന്ന ആശ്വാസത്തിലായിരുന്നു.

യുവാവായ നഹുഷൻ വനത്തിൽ വച്ച് ചിലരിൽ നിന്നും തന്റെ ജന്മ സംബന്ധിയായ കുറെ കാര്യങ്ങൾ മനസ്സിലാക്കി. കേട്ടകാര്യങ്ങൾ അയാൾ വസിഷ്ഠനെ അറിയിച്ചു. ക്രമേണ നഹുഷൻ കാര്യങ്ങളൊക്കെ മനസ്സിലാക്കി. അയാൾ ഹുണ്ഡനെ നിഗ്രഹിക്കുവാനായി പുറപ്പെട്ടു. ഘോരയുദ്ധത്തിനവസാനം അസുരൻ വധിക്കപ്പെട്ടു. ഘോരനായ അസുരനെ വധിച്ചതിനാൽ നഹുഷൻ ദേവന്മാർക്ക് പ്രിയപ്പെട്ടവനായി. അവർ നഹുഷനും അശോകസുന്ദരിയും തമ്മിലുള്ള വിവാഹം നടത്തിക്കൊടുത്തു. വിവാഹാനന്തരം ഇരുവരും നഹുഷന്റെ മാതാപിതാക്കളായ ഇന്ദുമതിയുടെയും ആയുസ്സിന്റെയും കൊട്ടാരത്തിലെത്തി.

ക്ഷത്രിയ-ബ്രാഹ്മണ സമ്മിശ്ര സംസ്ക്കാരമാർജ്ജിച്ചതുകൊണ്ടാകാം നഹുഷന് വിശിഷ്ടമായ ഒരു വ്യക്തിത്വം കൈവന്നു. നിരവധി യാഗങ്ങളും മറ്റും നടത്തി ഇദ്ദേഹം പ്രസിദ്ധനായി. പിറന്നു വീണ നിമിഷം മുതൽ അസ്തിത്വ ഭീഷണി നേരിട്ട നഹുഷൻ അവസാനം ചന്ദ്രവംശത്തിലെ മഹാനായ രാജാവായി. നഹുഷന്റെ മാഹാത്മ്യം കണ്ടറിഞ്ഞ ദേവന്മാർ അയാളെ തങ്ങളുടെ രാജാവാക്കി. വസിഷ്ഠാശ്രമത്തിന്റെ മുമ്പിൽ ഒരിക്കൽ അനാഥനായി കിടന്ന ആ ശിശു പിന്നീട് പാർവതീപുത്രിയായ അശോകസുന്ദരിയുടെ നാഥൻ മാത്രമല്ല, ദേവലോകത്തിന്റെ തന്നെ നാഥനായി മാറി. വിധി വിളയാട്ടത്തെപ്പറ്റി എന്തു പറയാൻ!

വെള്ളക്കൊക്കും നീലപൊന്മാനും

ശാന്തിനേടാൻ ആഗ്രഹിക്കുന്ന ഭാരതീയൻ എത്താൻ കൊതിക്കുന്ന ഉന്നതവും പവിത്രവുമായ സ്ഥാനമാണ് മാനസസരസ്സ്. വിവേകത്തിന്റെ പ്രതീകങ്ങളായ ഹംസങ്ങൾ ഒരുമയോടെ കൊക്കുരുമ്മി നീന്തി തുടിക്കുന്ന, ശിവ-പാർവ്വതീ സാന്നിദ്ധ്യമുള്ള നിർമ്മലമായ മാനസസരസ്സ്. ഇവിടെയെത്തുന്ന മനുഷ്യൻ ശത്രുതാഭാവം വെടിഞ്ഞ് ശാന്തിയുടെ ഉത്കൃഷ്ടമായ അനുഭൂതിയിലലിയുന്നു. എല്ലാം മറന്ന് ആദ്ധ്യാത്മിക ശാന്തി അനുഭവിച്ച് മാനസസരസ്സിനരികെ നിർവൃതിയിലലിഞ്ഞു നിന്നിരുന്ന ഭക്തരെ രണ്ട് പക്ഷികൾ അലോസരപ്പെടുത്തിയിരുന്നു. സരസ്സിനരികിലുള്ള ഒരു വൃക്ഷത്തിൽ വസിച്ചിരുന്ന ഈ രണ്ടു പക്ഷികൾ സുന്ദരന്മാരായിരുന്നു-വെളുത്ത കൊക്കും നീലപൊന്മാനും. പക്ഷേ, പലപ്പോഴും ഭക്തർക്ക് ഇവരുടെ സുന്ദരമായ നിറം ആസ്വദിക്കുവാൻ കഴിഞ്ഞിരുന്നില്ല. രണ്ടിനും മുരിക്കിൻ പൂവിന്റെ നിറമായിരുന്നു. ഉഗ്രമായി കലഹിച്ചു കൊണ്ടിരുന്ന ഈ പക്ഷികൾ പരസ്പരം കൊത്തിക്കീറിക്കൊണ്ടിരുന്നു. നിരന്തരം ചോര ചൊരിഞ്ഞുകൊണ്ടിരുന്നതിനാൽ വെളുത്ത കൊക്കിനും നീലപൊന്മാനിനും ചുവപ്പുനിറം പടർന്നിരുന്നു. പകയും ശത്രുതയും കാരണം ഇരുവർക്കും തങ്ങളുടെ സഹജസൗന്ദര്യമെന്താണെന്ന് സ്വയം ബോദ്ധ്യപ്പെടുവാനോ, മറ്റുള്ളവരെ ബോദ്ധ്യപ്പെടുത്തുവാനോ കഴിഞ്ഞില്ല. ആരും കൊതിക്കുന്ന മാനസസരസ്സിലെ ജീവിതം ഇരുവർക്കും അഭിശപ്തമായി മാറിയിരുന്നു.

വിവേകശൂന്യരായ ഈ പക്ഷികളെ ഓർത്ത് പലരും പരിതപിച്ചു. രാഗ-ദ്വേഷങ്ങൾക്കതീതമായ മാനസിക നിലയുള്ള ഏതെങ്കിലും ഒരു ഋഷിയുടെ ഉപദേശം ഇവർക്ക് ലഭ്യമാക്കിയാൽ നന്നായിരിക്കുമെന്ന്

ചിലർക്ക് തോന്നി. ചില ഭക്തർ അതിനായി ശ്രമിച്ചു. അപ്പോഴാണ് ഞെട്ടിപ്പിക്കുന്ന ആ രഹസ്യം അവർ അറിഞ്ഞത്. ഈ പക്ഷികൾ സാധാരണക്കാരല്ല. പരസ്പരം ശപിച്ച് പക്ഷി വേഷത്തിൽ ഇവിടെ എത്തിയിരിക്കുന്ന ഇവർ വസിഷ്ഠനും വിശ്വാമിത്രനുമാണ്. ക്ഷത്രിയ രാജാവായിരുന്ന വിശ്വാമിത്രൻ മഹർഷിയായതു തന്നെ വസിഷ്ഠന്റെ ശക്തിയെ വെല്ലുവിളിക്കാനായിരുന്നു. അഹംഭാവം നിമിത്തം ഇരുവരും പലതവണ ഏറ്റുമുട്ടി. വസിഷ്ഠൻ ശിഷ്യത്വം നിരസിച്ച ത്രിശങ്കുവിന് വിശ്വാമിത്രൻ ശിഷ്യത്വം നല്കി. അയാളെ ഉടലോടെ സ്വർഗ്ഗത്തിലയക്കാമെന്നേറ്റു. വസിഷ്ഠന്റെയും ഇന്ദ്രന്റെയും എതിർപ്പു നിമിത്തം അത് നടക്കില്ലായെന്ന് വന്നപ്പോൾ വിശ്വാമിത്രൻ ശിഷ്യനുവേണ്ടി പുതിയൊരു സ്വർഗ്ഗം ചമച്ചു - ത്രിശങ്കു സ്വർഗ്ഗം. വസിഷ്ഠന് പ്രിയങ്കരനായിരുന്ന ഹരിശ്ചന്ദ്രരാജാവിനെ വിശ്വാമിത്രൻ പലവിധത്തിൽ ഉപദ്രവിച്ചു. ഇതിന്റെ പേരിൽ ഇരുമഹർഷിമാരും തമ്മിൽ വഴക്കുകൂടി. ധ്യാനത്തിൽ ഇരുന്നുകൊണ്ട് മത്സ്യത്തെ വഞ്ചിക്കുന്ന ബകത്തെപ്പോലെയായ (കൊക്കിനെപ്പോലെ) താൻ ബകമായി മാറട്ടെ എന്ന് വസിഷ്ഠൻ വിശ്വാമിത്രനെ ശപിച്ചു. ശാപമോക്ഷം ലഭിക്കില്ലായെന്ന് അറിയാവുന്ന വിശ്വാമിത്രൻ ബുദ്ധിപ്രയോഗിച്ചു. അദ്ദേഹം വസിഷ്ഠനെ ശപിച്ചു. ഞാൻ ബകമായിരിക്കുവോളം കാലം നീ പൊന്മാനായിരിക്കും. ഇരുവരും പക്ഷികളായി മാറി മാനസസരസ്സിലെത്തി. അവിടെ ഒരു വൃക്ഷത്തിൽ വാസമുറപ്പിച്ച അവർക്ക് പകയും വൈരാഗ്യവും വെടിയുവാനായില്ല. അവരുടെ പോരാട്ടം ആ സരസ്സിന്റെ പവിത്രതയ്ക്കുപോലും കളങ്കമേല്പിച്ചു കൊണ്ടിരുന്നു. ജ്ഞാനികളിൽ ജ്ഞാനികളും വിവേകികളുമായ ഇവർ കലഹം അവസാനിപ്പിക്കുമെന്ന് കരുതിയവർ നിരാശരായി. അവസാനം സാക്ഷാൽ ബ്രഹ്മാവുതന്നെ അവിടെ പ്രത്യക്ഷനായി. ലോകഹിതാർത്ഥം ഇരുവരേയും അനുനയിപ്പിക്കുകയും ശാപത്തിൽ നിന്ന് മോചിപ്പിക്കുകയും ചെയ്തു.

സ്വന്തം വൈശിഷ്ട്യത്തിൽ അഹങ്കരിക്കുകയും മറ്റുള്ളവരുടെ മേന്മയെ അംഗീകരിക്കാതിരിക്കുകയും ചെയ്യുന്നവർ ഒരിക്കലും സ്വസ്ഥരായിരിക്കുകയില്ല. എല്ലാ ഐശ്വര്യങ്ങളുടേയും നടുവിലായിരിക്കുമ്പോഴും അവർ സ്വയം അഭിശപ്തത ഏറ്റുവാങ്ങുന്നു. സ്വന്തം ജീവിതത്തിന്റെ സഹജമായ സൗന്ദര്യം നഷ്ടപ്പെടുത്തുന്ന ഇത്തരക്കാർ മറ്റുള്ളവരുടെ സ്വൈര്യവും കെടുത്തിക്കൊണ്ടിരിക്കും. സഹിഷ്ണുതയും സഹവർത്തിത്വഭാവവും കൈവരിക്കാത്തവർക്ക് ശരിയായ മനുഷ്യരായി ജീവിക്കാൻ കഴിയില്ല.

●

ഗുരുവരന്മാർ

വിദ്യ കൈവരിക്കുവാൻ വേണ്ടി മനുഷ്യൻ എന്തും ചെയ്യാൻ മടിക്കാത്ത കാലമാണിത്. ലോകത്ത് സാങ്കേതിക വിദ്യകൾ തട്ടിയെടുക്കുവാനായി രാജ്യാന്തര ചാരസംഘടനകൾ പ്രവർത്തിക്കുന്നു. ഏറ്റവും ഉയർന്ന വിദ്യ കൈവരിക്കുവാനുള്ള വ്യഗ്രതയിൽ പലപ്പോഴും തത്വദീക്ഷകൾ വിസ്മരിക്കപ്പെടുന്നു. ദേവഗുരുവായ ബൃഹസ്പതിയുടെ പുത്രൻ കചൻ മൃത്യുഞ്ജയ മന്ത്രം പഠിക്കുവാൻ അസുരഗുരുവായ ശുക്രാചാര്യരുടെ അരികിൽ പോയതായും അയാളുമായി ശുക്രപുത്രി ദേവയാനി പ്രണയത്തിലായതുമായ കഥ വളരെ പ്രസിദ്ധമാണല്ലോ? അസുര ഗുരുവായ ശുക്രാചാര്യന്റെ കയ്യിൽ നിന്നും വിദ്യ അപഹരിക്കുവാനായി ദേവേന്ദ്രൻ സ്വന്തം പുത്രി ജയന്തിയെ നിയോഗിച്ചതായും കഥയുണ്ട്.

ദേവാസുരന്മാർ തമ്മിലുള്ള പോരാട്ടം അനന്തമായി നീണ്ടുകൊണ്ടിരുന്നു. വിശിഷ്ടമായ വിദ്യകൾ അപഹരിക്കുന്ന കാര്യത്തിൽ ദേവന്മാർ അസുരന്മാരേക്കാൾ മുമ്പിലായിരുന്നു. അസുര ഗുരുവായ ശുക്രാചാര്യർ അമരന്മാരായ ശത്രുക്കളെ തകർത്തെറിയുവാൻ പറ്റുന്ന ഒരു മന്ത്രം നേടിയെടുക്കുന്നതിനായി പരമശിവനെ തപസ്സു ചെയ്തു. ശുക്രാചാര്യർ നീണ്ട തപസ്സിനായി ഒരുങ്ങിയപ്പോൾ തന്നെ ദേവേന്ദ്രൻ ചാരന്മാർ മുഖേന കാര്യം മനസ്സിലാക്കി. ശുക്രാചാര്യർ നേടിയെടുക്കുന്ന ദിവ്യവിദ്യ തട്ടിയെടുക്കുവാനായി ഇന്ദ്രൻ സ്വന്തം മകൾ ജയന്തിയെ രഹസ്യമായി നിയോഗിച്ചു. പിതൃകല്പന നിറവേറ്റുവാനായി ജയന്തി ശുക്രനെ നിരന്തരം ശുശ്രൂഷിച്ച് ശിഷ്യ പദവി കൈവരിച്ചു. ആ തപസ്സ് ആയിരം വർഷം നീണ്ടു നിന്നു. അവസാനം പരമശിവൻ ശുക്രാചാര്യർക്ക് ദേവ വിനാശത്തിന് ഉപകരിക്കുന്ന ഒരു ദിവ്യാസ്ത്രം ഉപദേശിച്ചു കൊടുത്തു. വര പ്രാപ്തിയെ തുടർന്ന് അസുരലോകത്തെത്താൻ തിടുക്കം കൂട്ടിയ ശുക്രാചാര്യരുടെ മുമ്പാകെ

ജയന്തി വിവാഹാഭ്യർത്ഥന നടത്തി. ആയിരം വർഷക്കാലത്തെ സേവന പാരമ്പര്യമുള്ള ജയന്തിയുടെ അഭ്യർത്ഥന അപ്പാടെ നിരസിക്കുവാൻ ശുക്രാചാര്യർക്ക് കഴിഞ്ഞില്ല. പത്തു വർഷക്കാലം ജയന്തിയുടെ പതിയാകുവാൻ ശുക്രാചാര്യർ സമ്മതിച്ചു. ദമ്പതികളായിരിക്കുന്ന പത്തു വർഷക്കാലം ഇരുവരും ലോകത്തു നിന്ന് അദൃശ്യരായിരിക്കുമെന്ന് വ്യവസ്ഥ ചെയ്തിരുന്നു. അങ്ങനെ ലോകത്തു നിന്നും അദൃശ്യരായി അവർ ദാമ്പത്യ ജീവിതം നയിച്ചു വന്നു. ഈ വിവരം അറിഞ്ഞ ദേവഗുരുവായ ബൃഹസ്പതി അവസരം മുതലെടുക്കുവാൻ തീരുമാനിച്ചു. അദ്ദേഹം ശുക്രാചാര്യരുടെ വേഷത്തിൽ അസുരലോകത്തെത്തി. തപസ്സു ചെയ്ത് പൂർവാധികം ശക്തിയോടെ മടങ്ങിയെത്തിയ ശുക്രാചാര്യരെ അസുരന്മാർ ആവേശത്തോടെ സ്വീകരിച്ചു. ശുക്രാചാര്യരുടെ വേഷത്തിലെത്തിയ ബൃഹസ്പതി തന്റെ വിദ്യാഭ്യാസ രീതി അസുരലോകത്ത് പ്രാബല്യത്തിലാക്കി. തപസ്സിന് ശേഷം ഗുരു ഏറെ സാത്വികനായി മാറിയിരിക്കുന്നതു കണ്ട് അസുരന്മാർ ഏറെ സന്തോഷിച്ചു. ഗുരുവിന്റെ ജനപ്രീതി വർദ്ധിച്ചു. പത്തു വർഷം കഴിഞ്ഞ് യഥാർഥ ശുക്രാചാര്യർ വന്നപ്പോൾ അസുരന്മാർ അദ്ദേഹത്തെ ഗൗനിച്ചില്ല. അപമാനിതനായ ശുക്രാചാര്യർ തിരിച്ചറിവില്ലാത്ത അസുരന്മാർ നശിക്കട്ടെയെന്ന് ശപിച്ചു. തുടർന്ന് ഇരു ഗുരുക്കന്മാരും അസുരന്മാരെ കൈവെടിഞ്ഞു. മാർഗ്ഗദർശനമില്ലാതെ അവർ വലഞ്ഞു. ഗതികെട്ട അസുരന്മാർ ശുക്രാചാര്യരെ കണ്ട് മാപ്പിരന്നു. ആചാര്യൻ അവർക്ക് ശാപമോക്ഷം നല്കി.

വിദ്യാഭ്യാസ രീതി സമൂഹത്തിൽ എത്ര വലിയ മാറ്റങ്ങൾക്ക് വഴിവെക്കുന്നുവെന്ന കാര്യം തിരിച്ചറിഞ്ഞിരുന്നവർ പണ്ടേ ഇവിടെ ഉണ്ടായിരുന്നു. വിദ്യാഭ്യാസം കൊണ്ട് സമൂഹത്തിൽ ഉണ്ടാകുന്ന ദൂരവ്യാപകമായ പരിണാമത്തെപ്പറ്റി അന്നത്തെ ഭരണാധികാരികൾ ബോധവാന്മാരായിരുന്നു. വിശിഷ്ട വിദ്യകൾ കൈവരിക്കുവാൻ വേണ്ടി എന്ത് ത്യാഗം ചെയ്യുവാനും അന്നത്തെ ഭരണാധികാരികൾ തയ്യാറായിരുന്നു.

●

പാമ്പും വെളുത്തുള്ളിയും

വെളുത്തുള്ളി ചതച്ചിട്ടാൽ വീട്ടിലും പരിസരത്തും പാമ്പിന്റെ ശല്യം ഉണ്ടാകില്ലായെന്ന് പറയാറുണ്ട്. വെളുത്തുള്ളിയുടെ രൂക്ഷ ഗന്ധം പാമ്പിന് സഹിക്കാവുന്നതിനുമപ്പുറമായിരിക്കാം. രൂക്ഷ ഗന്ധമുള്ള വെളുത്തുള്ളിക്ക് ഒരു പുരാണ കഥയുടെ ഗന്ധം കൂടിയുണ്ട്.

കശ്യപപ്രജാപതിയുടെ മക്കളായ ദേവാസുരന്മാർ പരസ്പര വൈരം വെടിഞ്ഞ് പാലാഴി കടയുവാനായി ഒന്നിച്ചു. ഒന്നിച്ചു നിന്ന് യത്നിച്ചാൽ ശാശ്വതമായ ആനന്ദമേകുന്ന അമൃത് കൈവരിക്കാനാകുമെന്ന ചിന്ത ഇരുകൂട്ടരിലും പടർന്നു. ശാപഗ്രസ്തരും ജരാനരബാധിച്ച് ദുർബലരുമായ ദേവന്മാരോട് അല്പം സഹതാപം അസുരന്മാർക്ക് ഉണ്ടായികൂടായ്കയില്ല. മന്ദരപർവതത്തെ കടകോലും വാസുകിയെ കയറുമാക്കി ഇരുകൂട്ടരും ചേർന്ന് മഥനം ആരംഭിച്ചു. വാസുകിയുടെ തലഭാഗത്ത് അസുരന്മാരും വാൽഭാഗത്ത് ദേവന്മാരും അണിനിരന്നു. കടച്ചിലിന്റെ ആയാസം മുഴുവൻ സഹിക്കേണ്ടി വന്ന വാസുകിയുടെ വിഷം നിറഞ്ഞ നിശ്വാസ വായു ഏറ്റ് അസുരന്മാർ വശംകെട്ടു. ശക്തമായ നിശ്വാസവായുവിൽപ്പെട്ട് പിന്നാക്കം പാഞ്ഞ മേഘങ്ങൾ വാസുകിയുടെ വാൽഭാഗത്ത് വർഷിച്ചു. തന്മൂലം ദേവന്മാർ അധികം തളർന്നില്ല.

മഥനത്തിന്റെ ഓരോ ഘട്ടത്തിലും പാലാഴിയിൽനിന്നും വിശിഷ്ടവസ്തുക്കൾ ഉയർന്നുവന്നുകൊണ്ടിരുന്നു. അവയിൽ കാമധേനു, പാരിജാതം, അപ്സര സ്ത്രീകൾ എന്നിവരെ ദേവന്മാർ കൈക്കലാക്കി. ചന്ദ്രക്കല ശിവന്റെ സ്വന്തമായി. ധന്വന്തരി ഭഗവാൻ അമൃതകുംഭവുമായി പ്രത്യക്ഷപ്പെട്ടതിനു പിന്നാലെ മഹാലക്ഷ്മി ആവിർഭവിച്ചു. ദേവ-ഗന്ധർവന്മാർ ലക്ഷ്മിയുടെ വരവിൽ മതിമറന്നു നൃത്തം ചെയ്തു. ബ്രഹ്മാവ് ലക്ഷ്മീദേവിക്ക് ആഭരണങ്ങൾ ചാർത്തിക്കൊടുത്തു.

സർവ്വരെയും സാക്ഷി നിർത്തി മഹാവിഷ്ണു ലക്ഷ്മീദേവിയെ തന്റെ പത്നിയായി സ്വീകരിച്ചു. ഇന്ദ്രൻ ഐരാവതത്തെയും ഉച്ചൈശ്രവ സ്സിനെയും അപ്സരസ്ത്രീകളെയും സ്വന്തമാക്കി. ധന്വന്തരി ദേവന്റെ കൈയിലിരുന്ന അമൃത കുംഭത്തെക്കാൾ ദേവന്മാരെ ആകർഷിച്ചത് മറ്റു പലതുമായിരുന്നു. അതുകൊണ്ട് അമൃത് നേടുകയെന്ന പരമ ലക്ഷ്യത്തിൽ നിന്നും ദേവന്മാരുടെ ശ്രദ്ധ പതറി. പങ്കിടലിന്റെ വെപ്രാളത്തിൽപ്പെട്ടു പോയ ദേവന്മാരെ പറ്റിച്ചുകൊണ്ട് അസുരന്മാർ അമൃതകുംഭവുമായി കടന്നു കളഞ്ഞു.

പെണ്ണിനോടുള്ള അമിത പ്രതിപത്തി കാരണം നഷ്ടപ്പെട്ടുപോയ അമൃത് ദേവന്മാർക്കു വേണ്ടി കൈവശപ്പെടുത്തുവാൻ മഹാവിഷ്ണു മോഹിനി എന്ന പെണ്ണായി അസുരസന്നിധിയിലെത്തി. അമൃത് വിളമ്പുവാൻ തയ്യാറെടുത്തുകൊണ്ടിരുന്ന അസുരന്മാരുടെ കണ്ണുകൾ മോഹിനീരൂപത്തിൽ കുടുങ്ങി. അവരുടെ മനസ്സടക്കി. സുന്ദരി യായ അവളെ പരിചയപ്പെടുവാൻ അസുരന്മാർ തിരക്കു കൂട്ടി. 'ഞാൻ അമൃതുമായി വന്ന ധന്വന്തരിയുടെ കൊച്ചനുജത്തിയാണ്. പാലാഴിയിൽ നിന്നും പുറത്തു വന്നപ്പോഴേക്കും ദേവന്മാരും അസു രന്മാരും പൊയ്ക്കഴിഞ്ഞിരുന്നു. ഏകാകിയായ ഞാൻ ഒരു വീര പുരുഷനെ വരിക്കുവാൻ ഉദ്ദേശിക്കുന്നു.' അസുരന്മാർ മോഹിനിയെ വരിക്കാനായി മത്സരിച്ച് മുമ്പോട്ടു വന്നു. അവർ അവളോട് അമൃത് വിളമ്പികൊടുക്കുവാൻ പറഞ്ഞു. മോഹിനി എല്ലാവരോടും കണ്ണടച്ചി രിക്കുവാൻ ആവശ്യപ്പെട്ടു. 'എല്ലാവർക്കും വിളമ്പിത്തരാം. ഒടുവിൽ കണ്ണുതുറക്കുന്ന ഏറ്റവും ക്ഷമാശീലനായ വീരനെ ഞാൻ വരിക്കുകയും ചെയ്യാം. കാരണം, ക്ഷമ വീരന്റെ ലക്ഷണമാണല്ലോ?' അസുരന്മാർ കണ്ണിറുക്കി അടച്ച് മോഹിനിക്കായി കാത്തിരുന്നു. ഏറെ നേരമായി ട്ടും അമൃത് വിളമ്പിയിട്ടില്ലായെന്ന് മനസ്സിലാക്കിയ രാഹു കണ്ണു തുറന്നു നോക്കി. അമൃതകുംഭവുമായി മോഹിനി കടന്നു കളഞ്ഞിരിക്കുന്നുവെ ന്നയാൾ മനസ്സിലാക്കി. രാഹു മറ്റുള്ളവരുടെ കണ്ണുതുറപ്പിക്കുവാൻ ശ്രമിച്ചു പരാജയപ്പെട്ടു. അവൻ ഉടനെ സ്വർഗ്ഗത്തിലെത്തി. അവിടെ മോഹിനിയുടെ വേഷംധരിച്ച മഹാവിഷ്ണു ദേവന്മാർക്ക് അമൃത് വിളമ്പി കൊടുക്കുകയായിരുന്നു. ദേവന്റെ വേഷത്തിൽ രാഹുവും അവരോടൊ പ്പം കൂടി. സൂര്യ-ചന്ദ്രന്മാർ അതീവ ജാഗ്രതയോടെ അവിടെ കാവൽ നിൽക്കുന്നുണ്ടായിരുന്നു. രാഹു അവരുടെ പ്രത്യേക നിരീക്ഷണത്തി ലായിരുന്നു. വിഷ്ണുവിൽ നിന്ന് അമൃത് സ്വീകരിക്കുവാനായി രാഹു നാവ് നീട്ടി. സർപ്പമായതിനാൽ രാഹുവിന്റെ നാവിന്റെ അഗ്രം പിളർന്നതായിരുന്നു. അതു കണ്ട സൂര്യ-ചന്ദ്രന്മാർ വിളിച്ചു കൂവി. 'അവൻ സുരനല്ല, അസുരനാണ്.' ഉടൻ തന്നെ മഹാവിഷ്ണു അവന്റെ

ശിരസ്സറുത്തു. അല്പം അമൃത് സേവിച്ചിരുന്നതിനാൽ രാഹു മരിച്ചില്ല. കഴുത്തിൽ നിന്നും ചോര ഇറ്റിറ്റു വീണു. പക്ഷേ, ആ ചോരക്ക് ചുവപ്പുനിറം ഇല്ലായിരുന്നു. വെളുത്ത നിറമുള്ള ആ ദ്രാവകം താഴേക്ക് വീണു. ഭൂമിയിൽ പതിച്ച രാഹുവിന്റെ അമൃതാംശമുള്ള രക്തം വെളുത്തുള്ളിയായിമാറി. അമൃതാംശമില്ലാത്ത രാഹുവിന്റെ രക്തം ഭൂമിയിൽ പതിച്ചിടത്ത് ചുവന്നുള്ളി ഉണ്ടായി. ഇക്കഥയറിയുന്നതു കൊണ്ടാണ് ചിലർക്ക് ചുവന്നുള്ളി ചേർത്ത ആഹാരം വർജ്യമായത്. രണ്ടായി മുറിഞ്ഞ അസുരന്റെ ശരീരം രാഹുവും-കേതുവും എന്ന് അറിയപ്പെട്ടു. തങ്ങളുടെ ദുഃസ്ഥിതിക്ക് കാരണക്കാരായ സൂര്യചന്ദ്രന്മാരോട് അവർക്ക് ഒടുങ്ങാത്ത പകയുണ്ട്. സൂര്യ-ചന്ദ്രന്മാരെ അവർ വിഴുങ്ങിയെങ്കിലും ശരീരത്തിന്റെ മുറിഞ്ഞ ഭാഗത്തുകൂടി അവർ രക്ഷപ്പെട്ടു. വീണ്ടും-വീണ്ടും അവർ സൂര്യചന്ദ്രന്മാരെ ഗ്രസിക്കാൻ ശ്രമിക്കുന്നു. സൂര്യഗ്രഹണവും ചന്ദ്രഗ്രഹണവും ഉണ്ടാകാൻ കാരണമിതാണെന്ന് ഭാഗവതം എട്ടാം സ്കന്ധത്തിൽ പറയുന്നു.

രാഹു എന്ന സർപ്പത്തിന്റെ രക്തമായ വെളുത്തുള്ളിയുടെ ഗന്ധം നാഗങ്ങൾക്ക് അസഹ്യമാണ്. വെളുത്തുള്ളി മണക്കുമ്പോൾ സ്വന്തം വർഗ്ഗത്തിന്റെ രക്തം ചൊരിയപ്പെട്ട കഥ പാമ്പുകൾ അനുസ്മരിക്കുന്നുണ്ടാകും. വെളുത്തുള്ളി ചതച്ചിട്ടുന്നിടത്ത് പാമ്പുകൾ വരാൻ മടിക്കുന്നതിന് കാരണമിതാകാം.

●

ഗരുഡന്റെ കഥ

ഒരിക്കൽ കശ്യപ പ്രജാപതിയുടെ ഭാര്യമാരായ വിനതയും കദ്രുവും തമ്മിൽ രൂക്ഷമായ വാഗ്വാദം ഉണ്ടായി. പാലാഴി കടഞ്ഞപ്പോൾ ദേവേന്ദ്രൻ സ്വന്തമാക്കിയ ഉച്ചൈശ്രവസ്സ് എന്ന പറക്കും കുതിരയുടെ നിറം സംബന്ധിച്ച് ഇവർ തമ്മിൽ തർക്കം ഉടലെടുത്തു. ഉച്ചൈശ്രവസ്സ് ഒരു വെളുത്ത കുതിരയാണെന്ന് വിനത പറഞ്ഞു. എന്നാൽ ആ കുതിരയുടെ വാൽ കറുത്തതാണെന്നായിരുന്നു കദ്രുവിന്റെ വാദം. വാഗ്വാദം മൂർച്ഛിച്ചു. ഉച്ചൈശ്രവസ്സിന്റെ നിറം വെളുപ്പാണെന്ന് കദ്രുവിന് അറിയാമായിരുന്നു. എന്നാൽ വിനത പറയുന്നതൊന്നും അംഗീകരിച്ചുകൊടുക്കുവാൻ കദ്രുവിന് കഴിയുമായിരുന്നില്ല. ഇരുവരും വാതുവെപ്പിന് തയ്യാറായി. ഉച്ചൈശ്രവസ്സിനെകണ്ട് നിറം ബോദ്ധ്യപ്പെട്ടതിനുശേഷം തെറ്റുപറഞ്ഞ ആൾ ശരി പറഞ്ഞ ആളിന്റെ ദാസിയാകണമെന്നായിരുന്നു വ്യവസ്ഥ. വാതുവയ്പിൽ പരാജയം അനുഭവിക്കേണ്ടി വരുമെന്ന് അറിയാമായിരുന്ന കദ്രു തന്റെ സർപ്പസന്തതികളോട് ഉച്ചൈശ്രവസ്സിന്റെ വാലിൽ ചുറ്റിക്കിടക്കുവാൻ ആജ്ഞാപിച്ചു. അവർ അത് അനുസരിച്ചു. അങ്ങനെ ഉച്ചൈശ്രവസ്സിന്റെ വാലിന് കറുപ്പ് നിറമുള്ളതായി തോന്നി. വാതുവെപ്പിൽ വഞ്ചനയിലൂടെയാണെങ്കിലും കദ്രു വിജയിയായി. വ്യവസ്ഥപ്രകാരം വിനത കദ്രുവിന്റെ ദാസിയായി.

ദക്ഷപുത്രിമാരായ കദ്രുവും വിനതയും സഹോദരിമാരായിരുന്നു. സപത്നിമാരായതിന് ശേഷമാണ് അവർ തമ്മിൽ മത്സരം ഉടലെടുത്തത്. കദ്രു സർപ്പ സന്തതികളുടെ മാതാവായപ്പോൾ വിനത അരുണന്റെയും ഗരുഡന്റെയും മാതാവായി. സുമതി എന്നൊരു പുത്രിയും അവർക്കുണ്ടായി. അരുണൻ സൂര്യദേവന്റെ സാരഥിയായി മാറി. മാതാവായ വിനതയെ ദാസ്യവൃത്തിയിൽ നിന്നും മോചിപ്പിക്കുവാൻ ഗരുഡൻ കഠിനശ്രമം നടത്തി. കദ്രുവുമായും അവരുടെ

സന്തതികളുമായും ഗരുഡൻ സംസാരിച്ചു. വിനതയെ മോചിപ്പിക്കു വാനായി അവർ ഏതാണ്ട് അസാദ്ധ്യമായ ഒരു കാര്യം ആവശ്യപ്പെട്ടു. ദേവലോകത്തുനിന്നും അമൃതകുംഭം നേടിയെടുത്തു തങ്ങൾക്കു നൽക ണമെന്നുള്ളതായിരുന്നു അവരുടെ ആവശ്യം.

സ്വന്തം മാതാവിനെ അടിമത്വത്തിൽ നിന്നും മോചിപ്പിക്കുവാൻ വേണ്ടി എന്തു ചെയ്യുവാനും ഗരുഡൻ ഒരുക്കമായിരുന്നു. മാതാവിന്റെ അഭിമാനം സംരക്ഷിക്കുന്നതിനായി അവൻ തന്റെ ചിറകുകൾ ശക്തമായി അടിച്ച് ഉയർന്നു പറന്നു. മാതൃസ്നേഹത്തിന്റെ ശക്തിയെ ന്തെന്ന് ഗരുഡന്റെ ആ ചിറകടികൾ ഏവരെയും ബോധ്യപ്പെടുത്തി. അതിന്റെ ഉഗ്ര ശക്തി നിമിത്തം പ്രപഞ്ചം മുഴുവൻ വിറച്ചു. നിരവധി പ്രതിസന്ധികളെ തരണം ചെയ്ത് സ്വർഗ്ഗത്തിലെത്തിയ ഗരുഡനെ ഇന്ദ്രനും മറ്റു ദേവന്മാരും എതിർത്തു. ആദ്യം എതിർത്ത വിശ്വകർ മ്മാവിനെയും സൂര്യചന്ദ്രന്മാരെയും ഉജ്ജ്വലമായ പോരാട്ടത്തിലൂടെ ഗരുഡൻ കീഴ്പ്പെടുത്തി. ഗരുഡന്റെ കരുത്തും സാഹസബുദ്ധിയും നിശ്ചയദാർഢ്യവും കണ്ട് ഇന്ദ്രൻ അതിശയിച്ചു. സ്വന്തം മാതാവിനെ ദാസ്യവൃത്തിയിൽ നിന്നും മോചിപ്പിക്കുവാനുള്ള ഒരു പുത്രന്റെ അദമ്യ മായ അഭിലാഷമാണ് ഗരുഡന്റെ പോരാട്ട വീര്യത്തിന് പിന്നിലുള്ള തെന്ന് മനസ്സിലാക്കിയപ്പോൾ ഇന്ദ്രന്റെ നിലപാട് മാറി. അവസാനം അമൃതകുംഭം കദ്രുവിന് നൽകുവാൻ ഇന്ദ്രൻ ഗരുഡനെ അനുവദിച്ചു. ഉടൻ തന്നെ കദ്രുവിന്റെ കൈകളിൽ നിന്ന് അത് തട്ടിയെടുക്കുവാൻ വേണ്ട പദ്ധതി ഇന്ദ്രൻ തയ്യാറാക്കിയിരുന്നു. ഇന്ദ്രന്റെ പദ്ധതിപ്രകാരം ഗരുഡൻ കദ്രുവിന് അമൃതകുംഭം കൈമാറി വിനതയെ ദാസ്യവൃത്തി യിൽ നിന്നും മോചിപ്പിച്ചു. ഇന്ദ്രൻ ഉടൻ തന്നെ കദ്രുവിൽ നിന്നും അമൃതകുംഭം അപഹരിച്ചു.

ഗരുഡന്റെ സാഹസവും അർപ്പണമനോഭാവവും സ്നേഹവും കണ്ട റിഞ്ഞ് വിഷ്ണു അയാളെ അനുഗ്രഹിച്ചു. വിഷ്ണുവിന്റെ വാഹനമാകാൻ തനിക്ക് അതിയായ ആഗ്രഹമുണ്ടെന്ന് അയാൾ ഭഗവാനെ അറിയിച്ചു. വിഷ്ണു സസന്തോഷം ഗരുഡനെ വാഹനമായി സ്വീകരിച്ചു. അമൃതം കഴിക്കാതെ തന്നെ അമരത്വം ഉണ്ടാകട്ടെയെന്ന് വിഷ്ണു ഗരുഡനെ അനുഗ്രഹിക്കുകയും ചെയ്തു. ആത്മാർത്ഥ സ്നേഹത്തിനും അർപ്പണ മനോഭാവത്തിനും അർഹിക്കുന്ന പരിഗണനയും അംഗീകാരവും ലഭിക്കുകതന്നെ ചെയ്യുമെന്ന് ഗരുഡന്റെ കഥ നമ്മെ ഓർമ്മിപ്പിക്കുന്നു.

●

ഗരുഡന്റെ അഹങ്കാരം

തീവ്രമായ മാതൃഭക്തി, നിശ്ചയദാർഢ്യം, സാഹസികത എന്നിങ്ങനെ ഗരുഡന് നിരവധി ഗുണങ്ങൾ ഉണ്ടായിരുന്നു. ഇന്ദ്രനെ നിഷ്പ്രഭനാക്കി അമൃതകുംഭം സ്വന്തമാക്കിയ ഗരുഡന്റെ സാഹസികതയിൽ ആകൃഷ്ടനായ വിഷ്ണുഭഗവാൻ ഗരുഡനെ തന്റെ വാഹനമായി സ്വീകരിക്കുകയും അമൃത് സേവിക്കാതെ തന്നെ അമരത്വം കൈവരാൻ അനുഗ്രഹിക്കുകയും ചെയ്തു. പക്ഷേ, വിഷ്ണു വാഹനമായതിന് ശേഷം ഗരുഡൻ തന്റെ ശക്തിയിൽ ഏറെ അഹങ്കരിച്ചു. തനിക്ക് സാധിക്കാത്തതായി ഈ പ്രപഞ്ചത്തിൽ ഒന്നും ഇല്ലായെന്ന് അവൻ കരുതി. പാലാഴി മഥനത്തിനായി മന്ഥര പർവ്വതത്തെ കടകോലാക്കുവാനും വാസുകിയെ പാശമാക്കുവാനും തീരുമാനിച്ചിരുന്നു. മഥനത്തിനുള്ള സമയമടുത്തപ്പോൾ ഇരുവരേയും പാലാഴിയിൽ എങ്ങനെയെത്തിക്കുമെന്നുള്ള കാര്യം സജീവമായി ചർച്ചചെയ്യപ്പെട്ടു. അസുരന്മാർ മന്ഥരപർവ്വതം കൊണ്ടുവരാമെന്നേറ്റു. പക്ഷേ, അവരുടെ ദൗത്യം പരാജയപ്പെട്ടു. തുടർന്ന് ദേവന്മാരും അതിനായി ശ്രമിച്ച് പരാജയപ്പെട്ടു. പിന്നീട് ശിവന്റെ ഭൂതഗണങ്ങളും പർവ്വതത്തെ കൊണ്ടുവരുവാൻ വിഫലശ്രമം നടത്തി. വിവരമറിഞ്ഞ ഗരുഡൻ ഒറ്റക്ക് ഇക്കാര്യം സാധിക്കാമെന്നേറ്റു. ഏറ്റ കാര്യം ഭംഗിയായും അനായാസമായും ഗരുഡൻ നിർവ്വഹിച്ചു. ഏവരും ഗരുഡന്റെ കഴിവിനെ പ്രകീർത്തിച്ചു. മന്ഥരപർവ്വതത്തെ പാലാഴിയിൽ കടകോലായി സ്ഥാപിച്ചു. പാശമാകേണ്ട വാസുകിയെ കൊണ്ടുവരാനായി ആദ്യം അസുരന്മാരും പിന്നീട് ദേവന്മാരും ശ്രമിച്ച് പരാജയപ്പെട്ടു. നാഗലോകത്തുനിന്നും വാസുകിയെ പാലാഴിയിലെത്തിക്കാൻ ശിവന്റെ ഭൂതഗണങ്ങൾക്കും സാധിച്ചില്ല. തനിക്ക് ഇക്കാര്യം നിസ്സാരമായി ചെയ്യുവാൻ കഴിയുമെന്ന് പ്രഖ്യാപിച്ച് നാഗവൈരിയായ ഗരുഡൻ അതിനായി ഇറങ്ങിത്തിരിച്ചു. ഗരുഡന്റെ

ഓരോവാക്കിലും പ്രവൃത്തിയിലും അഹങ്കാരം ഫണം വിടർത്തിയിരുന്നു. ഗരുഡന്റെ അഹങ്കാരം ശമിപ്പിക്കേണ്ടതു തന്നെയാണെന്ന് വിഷ്ണുവിന് തോന്നി.

നാഗലോകത്ത് എത്തിയ ഗരുഡൻ നാഗരാജാവായ വാസുകിയോട് ഉടൻ പാലാഴിയിലെത്തുവാൻ കല്പിച്ചു. ഗരുഡന്റെ പെരുമാറ്റം വാസുകിക്ക് ഇഷ്ടപ്പെട്ടില്ല. അത്യാവശ്യമാണെങ്കിൽ എന്നെ എടുത്തുകൊണ്ട് പൊയ്ക്കൊള്ളുവെന്ന് വാസുകി ഗരുഡനോട് പറഞ്ഞു. ഗരുഡൻ വാസുകിയുടെ മദ്ധ്യഭാഗം കൊത്തിപ്പിടിച്ചുകൊണ്ട് പറന്നുയർന്നു. ചക്രവാളത്തോളം ഉയർത്തിയിട്ടും വാസുകിയുടെ ശരീരം മണ്ണിൽ അവശേഷിക്കുന്നുണ്ടായിരുന്നു. പരിക്ഷീണനായ ഗരുഡൻ വാസുകിയെ രണ്ടായി മടക്കിയിട്ട് കൊത്തി ഉയർത്താൻ ശ്രമിച്ചു. എത്ര ശ്രമിച്ചിട്ടും വാസുകിയെ ഉയർത്തി പറക്കുവാൻ ഗരുഡന് കഴിഞ്ഞില്ല. ഇളിഭ്യനായ ഗരുഡൻ വിഷ്ണുവിനെ സമീപിച്ച് തന്റെ പരിമിതികൾ എറ്റുപറഞ്ഞു. അസുരന്മാരും ദേവന്മാരും ശിവഗണങ്ങളും ഗരുഡനും പരാജയപ്പെട്ട സ്ഥിതിക്ക് വാസുകിയെ സമയത്ത് എങ്ങനെ കൊണ്ടുവരുമെന്ന ചിന്ത പലർക്കുമുണ്ടായി. പെട്ടെന്ന് ശിവൻ തന്റെ വിരൽ തുമ്പ് നീട്ടി. ആ വിരൽ തുമ്പിൽ ഒരു മോതിരം പോലെ ചുറ്റിക്കിടക്കുന്ന വാസുകിയെക്കണ്ട് ഗരുഡൻ ഉൾപ്പെടെയുള്ളവർ അന്തംവിട്ടു. ഈ കാഴ്ച കണ്ടതോടെ അഹന്ത ഗരുഡനെ വിട്ടുപറന്നു പോയി.

●

മോക്ഷത്തിലേക്കുള്ള യാത്ര

മനുഷ്യരിലധികവും രക്ഷയ്ക്കും മോക്ഷത്തിനുമുള്ള കുറുക്കുവഴി തേടുന്നവരാണ്. ക്ഷേത്ര നടയിൽ അടുത്തു നിൽക്കുന്ന ആളിനെ തട്ടിമാറ്റിയിട്ട് ദേവിയുടെയോ, ദേവന്റെയോ ആനുഗ്രഹത്തിനായി മുന്നേറുന്ന ഭക്തരെ നമുക്ക് കാണാൻ കഴിയും. സ്വർഗ്ഗപ്രാപ്തിക്ക് അവസരമുണ്ടായാൽ ഏകനായി പോകാൻ ആഗ്രഹിക്കുന്നവരാകും ഭൂമിയിൽ ഏറെ ഉണ്ടാകുക. തന്നെപ്പോലെ യോഗ്യനായ മറ്റാരും ഉണ്ടാവില്ലായെന്ന ചിന്തയാണ് പല ഭക്തരുടെ മനസ്സിനെയും ഭരിക്കുന്നത്. എന്നാൽ ശൂരസേന രാജാവ് അത്തരക്കാരനായിരുന്നില്ല.

ശൂരസേന രാജാവ് തന്റെ പ്രജകൾ എന്നും ആനന്ദിക്കണമെന്നാഗ്രഹിച്ചു. ഇഹത്തിലും പരത്തിലും അവരോടൊപ്പം കഴിയുവാൻ അദ്ദേഹം ആത്മാർത്ഥമായി ആഗ്രഹിച്ചു. രാജ്യത്ത് പ്രജകൾക്ക് സ്വർഗ്ഗീയമായ സുഖം ഉറപ്പുവരുത്തുവാൻ അദ്ദേഹം തന്നാലാവുംവിധം ശ്രമിച്ചു. പ്രജകൾ പരമ സാത്വികരായി മാറി. അവസാനകാലത്ത് മുഴുവൻ പ്രജകളുമൊത്ത് സ്വർഗ്ഗത്തിലെത്താൻ തന്നെ അനുവദിക്കണമെന്നദ്ദേഹം ദേവതകളോട് പ്രാർത്ഥിച്ചു. ശൂരസേന രാജാവിന്റെ ഉദാരമനസ്കതയിൽ ദേവന്മാർ സംപ്രീതരായി. ആത്മാർത്ഥമായ ഭക്തിയും യഥാർത്ഥ പ്രജാവാത്സല്യവും കൈമുതലായുള്ള ശൂരസേന രാജാവിനെ ദേവന്മാർ അനുഗ്രഹിച്ചു. വിശിഷ്ടമായ വലിയൊരു വിമാനം തയ്യാറാക്കുവാൻ അവർ രാജാവിനെ സഹായിച്ചു. അവസാനം വിമാനം തയ്യാറായി. ശിഷ്ടന്മാരായ എത്ര ആളുകളെ വേണമെങ്കിലും ഉൾക്കൊള്ളുവാൻ വിമാനം തയ്യാറായിരുന്നു. എന്നാൽ ഏതെങ്കിലും ഒരു ദുഷ്ടന്റെ സാന്നിദ്ധ്യമുണ്ടായാൽ വിമാനം പറക്കാൻ വിസമ്മതിക്കും.

പ്രജകളോടൊപ്പം രാജാവ് വിമാനത്തിലിരുന്നു. പക്ഷേ, പറക്കേണ്ട സമയത്ത് വിമാനം പ്രതികരിച്ചില്ല. രാജാവ് ദേവന്മാരെ

മനസ്സുരുകി പ്രാർത്ഥിച്ചു. അവർ അദ്ദേഹത്തിന്റെ മുമ്പാകെ പ്രത്യക്ഷപ്പെട്ടു. ഒരു ദുഷ്ടന്റെ സാന്നിദ്ധ്യം നിമിത്തമാണ് വിമാനം പറക്കാത്തതെന്ന് ദേവന്മാർ അദ്ദേഹത്തെ അറിയിച്ചു. രാജാവിന്റെ അപേക്ഷപ്രകാരം ആ ദുഷ്ടനെ അവർ കണ്ടുപിടിച്ചു. കുഷ്ഠരോഗിയായ ഒരു പരദേശി ബ്രാഹ്മണനായിരുന്നു പ്രതി. അയാളെ ഒഴിവാക്കാൻ ദേവന്മാർ രാജാവിനോട് ആവശ്യപ്പെട്ടു. ശൂരസേനരാജാവ് അതിന് തയ്യാറായില്ല. അദ്ദേഹം ആ പരദേശിയെ അടുത്തറിയുവാൻ ശ്രമിച്ചു.

ബുധൻ എന്നതായിരുന്നു അയാളുടെ പേര്. സ്നേഹനിധികളായ മാതാപിതാക്കളും ഉത്തമയായ ഭാര്യയും ഉണ്ടായിരുന്ന ബുധൻ കുടുംബകാര്യങ്ങൾ ശ്രദ്ധിച്ചിരുന്നില്ല. മദ്യപിച്ച് വേശ്യാഗൃഹങ്ങളിൽ ഉറങ്ങുകയെന്നത് അയാളുടെ ശീലമായിരുന്നു. വീട്ടുവിട്ടുപോയ ബുധനെത്തേടി അയാളുടെ പിതാവ് അലഞ്ഞുതിരിഞ്ഞു. അവസാനം ഒരു വേശ്യാഗൃഹത്തിൽ അദ്ദേഹം തന്റെ മകനെ കണ്ടെത്തി. അപമാനഭാരം നിമിത്തം പിതാവ് പുത്രനെ ഏറെ ശകാരിച്ചു. മദ്യലഹരിയിലായിരുന്ന ബുധൻ പിതാവിനെ ആക്രമിച്ച് കൊന്നുകളഞ്ഞു. പിന്നീടെപ്പോഴോ സ്വന്തം ഗൃഹത്തിൽ എത്തിയ ബുധനെ അമ്മയും ഭാര്യയും സ്വീകരിച്ചു. അവർ ബുധനെ നന്നാക്കുവാൻ വേണ്ടി നിരന്തരം ഉപദേശിച്ചുകൊണ്ടിരുന്നു. ഉപദേശങ്ങൾ അയാൾക്ക് തീരെ ഇഷ്ടമായിരുന്നില്ല. ഒരു ദിവസം ഉപദേശിച്ചുകൊണ്ടിരുന്ന അമ്മയേയും ഭാര്യയേയും അയാൾ അടിച്ചുകൊന്നു. പിന്നീട് കാലഭീതി മഹർഷിയുടെ ആശ്രമത്തിലെത്തിയ ബുധൻ മഹർഷിയുടെ സുന്ദരിയായ ഭാര്യ സുലഭയെ തട്ടികൊണ്ടുപോയി മാനഭംഗപ്പെടുത്തി. സുലഭ അവനെ ശപിച്ച് കുഷ്ഠരോഗിയാക്കി. രോഗിയും അവശനുമായ ബുധൻ അലഞ്ഞുതിരിഞ്ഞു നടന്നു. ശൂരസേനന്റെ രാജ്യത്തിലെത്തിയ ബുധൻ അവിടെ തയ്യാറായിരുന്ന വിമാനത്തിൽ കയറിക്കൂടി. ദുഷ്ടരിൽ ദുഷ്ടനായ ബുധന്റെ സാന്നിദ്ധ്യം നിമിത്തം വിമാനം പിണങ്ങി. എല്ലാവരും ബുധനെ ആട്ടിയോടിക്കുവാൻ തുനിഞ്ഞു. പക്ഷേ, ശൂരസേനൻ അവരെ വിലക്കി. ദുഷ്ടനെയല്ല, ദുഷ്ടതയെയാണ് നാം വെറുക്കേണ്ടത് എന്നായിരുന്നു രാജാവിന്റെ നിലപാട്. ദയാലുവായ അദ്ദേഹം തന്റെ ആർജ്ജിത പുണ്യത്തിന്റെ ശക്തികൊണ്ട് ബുധന്റെ പാപം കഴുകിക്കളഞ്ഞു. അതിനുശേഷം തന്നോടൊപ്പം അയാളെയും വിമാനത്തിൽ കയറ്റി. വിമാനം എല്ലാവരെയും കൊണ്ട് ഉയരെയുള്ള സ്വർഗ്ഗത്തിലേക്ക് പറന്നു.

ദുഷ്ടനെ വെറുക്കുകയെന്നത് യഥാർത്ഥ മനുഷ്യന്റെ ലക്ഷണമല്ലെന്ന് ശൂരസേനൻ തെളിയിച്ചു. അദ്ദേഹം ഉന്നതവും ശ്രേഷ്ഠവുമായ കാര്യസാദ്ധ്യങ്ങൾക്ക് കുറുക്കുവഴികളില്ലായെന്ന വിശ്വാസക്കാരനായിരുന്നു.

സ്നേഹ മാണിക്യം

വീരാരാധനയുടെ കാര്യത്തിൽ സ്ത്രീകൾ പുരുഷന്മാരെക്കാൾ ഒരു പടി മുമ്പിലാണെന്ന് തോന്നുന്നു. പുരാണ പ്രസിദ്ധരായ മിക്കവാറും വീരപുരുഷന്മാർക്ക് നിരവധി ഭാര്യമാരുണ്ടായിരുന്നു. സ്വയംവരത്തിൽ പങ്കെടുത്ത് ധനുർവിദ്യാപാടവം തെളിയിച്ച് വീരനായ അർജ്ജുനൻ പാഞ്ചാലിയെ വരിച്ചു. പക്ഷേ, അദ്ദേഹത്തിന് തന്റെ ഭാര്യയെ സഹോദരന്മാരോടൊത്ത് പങ്കുവെയ്ക്കേണ്ടി വന്നു. കാമിനി കലഹകാരണമാകുമെന്ന് അറിയാമായിരുന്ന നാരദർ ഒരിക്കൽ ഇന്ദ്രപ്രസ്ഥം സന്ദർശിച്ചു. പാഞ്ചാലി ഓരോ വർഷവും ഓരോ ഭർത്താവിനോടൊപ്പം കഴിയണം. ഈ വ്യവസ്ഥ ലംഘിക്കുന്ന പാണ്ഡവൻ പ്രായശ്ചിത്തമായി ഒരു വർഷം വനവാസമനുഷ്ഠിക്കണം. ഒട്ടേറെ കലഹങ്ങൾക്ക് സാക്ഷ്യം വഹിച്ചിട്ടുള്ള നാരദർ കലഹമൊഴിവാക്കാനായി ഒരു വ്യവസ്ഥ നിർദ്ദേശിച്ചപ്പോൾ പാണ്ഡവർക്കത് സ്വീകരിക്കാതിരിക്കാൻ കഴിഞ്ഞില്ല.

ഒരിക്കൽ പാഞ്ചാലീസമേതനായ ധർമ്മപുത്രരുടെ കൊട്ടാരത്തിൽ അർജ്ജുനന് പ്രവേശിക്കേണ്ടിവന്നു. വ്യവസ്ഥ പ്രകാരം അർജ്ജുനൻ വനവാസത്തിന് പോയി. വീരനായ അർജ്ജുനന് വനത്തിൽ അസഹ്യമായ ഏകാന്തത അനുഭവപ്പെട്ടില്ല. നാഗകന്യകയായ ഉലൂപി അർജ്ജുനനിൽ അനുരക്തയായി. അർജ്ജുനൻ അവൾക്കൊരു പുത്രനെ സമ്മാനിച്ചു. ഈ പുത്രൻ ഇരാവാൻ എന്ന പേരിൽ പ്രസിദ്ധനായി. ഉലൂപിയോട് വിട പറഞ്ഞ അർജ്ജുനൻ മണലൂർ എന്ന രാജ്യത്തെത്തി. അവിടുത്തെ ചിത്രാംഗദൻ എന്ന രാജാവിന്റെ മകൾ ചിത്രാംഗദ അർജ്ജുനനെ കണ്ടുമോഹിച്ചു. അർജ്ജുനൻ ചിത്രാംഗദയെ വിവാഹം കഴിച്ച് മൂന്നുമാസക്കാലം അവിടെക്കഴിഞ്ഞു. ഇന്ദ്രപ്രസ്ഥത്തിലേക്ക് മടങ്ങിപ്പോയ അർജ്ജുനൻ പിന്നീടൊരിക്കൽ മണലൂരിലെത്തി ചിത്രാംഗദയെ കണ്ടു. ചിത്രാംഗദയേയും അവളിൽ

തനിക്കുണ്ടായ പുത്രൻ ബഭ്രുവാഹനനേയും ഇന്ദ്രപ്രസ്ഥത്തിലേക്ക് കൊണ്ടുപൊയ്ക്കൊള്ളാമെന്ന് വാഗ്ദാനം ചെയ്തിട്ട് അർജ്ജുനൻ മടങ്ങി. തന്നോടൊപ്പം സപത്നിമാരെ ആരെയും താമസിക്കാൻ അനുവദിക്കില്ലായെന്ന കർക്കശ നിലപാടിലായിരുന്ന പാഞ്ചാലി ശ്രീകൃഷ്ണ സഹോദരിയായ സുഭദ്രക്കു മാത്രമേ ഇളവനുവദിച്ചുള്ളു. അതുകൊണ്ട് ഭാര്യയായ ചിത്രാംഗദയേയും പുത്രൻ ബഭ്രുവാഹന നേയും ഇന്ദ്രപ്രസ്ഥത്തിലേക്ക് കൂട്ടികൊണ്ടുപോകാൻ അർജ്ജുനന് സാധിച്ചില്ല.

മഹാഭാരതയുദ്ധത്തിൽ അർജ്ജുനൻ ഭീഷ്മരെ ചതിവിൽ വീഴ്ത്തിയത് ഭീഷ്മമാതാവായ ഗംഗാദേവിക്ക് സഹിച്ചില്ല. ക്രോധവും സങ്കടവും നിമിത്തം ഗംഗാദേവി ശപിച്ചു -"അർജ്ജുനൻ സ്വന്തം പുത്രനാൽ വധിക്കപ്പെടട്ടെ". ശാപവിവരമറിഞ്ഞ ഉലൂപി പിതാവായ കൗരവ്യന്റെ സഹായത്തോടെ ഗംഗാദേവിയെ ചെന്നു കണ്ടു. അവൾ തന്റെ ഭർത്താവായ അർജ്ജുനന് ശാപമോക്ഷമേകണമെന്ന് കേണ പേക്ഷിച്ചു. ശാപഫലം അർജ്ജുനൻ അനുഭവിക്കേണ്ടിവരും. എന്നാൽ ഉലൂപിക്ക് നാഗലോകത്തു നിന്നും നാഗമാണിക്യം (മൃതസഞ്ജീവനി രത്നം) കൊണ്ടുവന്ന് അർജ്ജുനന്റെ മാറിൽ വച്ച് അയാളെ പുനർജ്ജീ വിപ്പിക്കുവാനാകുമെന്ന് ദേവി അനുഗ്രഹിച്ചു.

ഭാരതയുദ്ധം ജയിച്ച് ചക്രവർത്തിയായ യുധിഷ്ഠിരൻ അശ്വമേധ യാഗം നടത്തി. യാഗാശ്വത്തെ പരിപാലിക്കുവാൻ നിയുക്തനായ അർജ്ജുനൻ പല രാജ്യങ്ങൾ താണ്ടി മണലൂരിലെത്തി. സ്വന്തം രാജ്യത്തിന്റെ സ്വാതന്ത്ര്യം സംരക്ഷിക്കുവാനുറച്ച ബഭ്രുവാഹനൻ അർജ്ജുനനുമായി ഘോരസംഘർഷത്തിലേർപ്പെട്ടു. അവസാനം ബഭ്രുവാഹനന്റെ കൈകൊണ്ട് അർജ്ജുനൻ വധിക്കപ്പെട്ടു. തന്റെ ഭർത്താവ് വധിക്കപ്പെട്ടതറിഞ്ഞ് ചിത്രാംഗദ ഏറെ ദുഃഖിച്ചു. നാഗ ലോകത്തു നിന്നും ഉലൂപി വിശിഷ്ടമായ നാഗമാണിക്യം (മൃതസഞ്ജീ വനിരത്നം) കൊണ്ടുവന്ന് അർജ്ജുനന്റെ മാറോടുചേർത്തുവച്ചു. ഉറക്കം ഏണീറ്റതുപോലെ അർജ്ജുനൻ ജീവിതത്തിലേക്ക് മടങ്ങി വന്നു. ഉലൂപി അവരെ ഗംഗാദേവിയുടെ ശാപവിവരവും മറ്റും പറഞ്ഞറിയിച്ചു.

പിതാവിന്റെ അതിസാഹസത്തിന് തടയിട്ട അർജ്ജുന പുത്രനായ ബഭ്രുവാഹനൻ തന്റെ ആത്മാഭിമാനവും സ്വാതന്ത്ര്യബോധവും ദേശ സ്നേഹവും എന്തെന്ന് പരിചയപ്പെടുത്തി. യുവതലമുറയുടെ ശക്തി അർജ്ജുനൻ തിരിച്ചറിഞ്ഞു. ഉലൂപി എന്ന സ്നേഹമാണിക്യത്തി ന്റെ തിളക്കവും അർജ്ജുനന് നന്നേ ബോദ്ധ്യപ്പെട്ടു. ഭാര്യമാരെയും പുത്രനെയും അർജ്ജുനൻ ഹസ്തിനപുരിയിലേക്ക് കൂട്ടിക്കൊണ്ടു പോയി.

അഹങ്കാരത്തിന്റെ രാജസൂയം

ഭക്തന്റെ ഉദാത്തഗുണം വിനയമാണ്. ആ ഗുണം നഷ്ടപ്പെട്ടുമ്പോൾ അവൻ ഈശ്വര കാരുണ്യത്തിൽ നിന്നും അകലുന്നു. തപസ്സു ചെയ്ത് വരം നേടിയശേഷം സ്വന്തം ശക്തി മറ്റുള്ളവരെ ഉപദ്രവിക്കു ന്നതിനായി വിനിയോഗിച്ചവർക്കൊക്കെ അതിന്റെ കടുത്ത ശിക്ഷ അനുഭവിക്കേണ്ടി വന്നിട്ടുണ്ട്.

സാല്വ നരേശനായിരുന്ന ബ്രഹ്മദത്തൻ ഏറെ പ്രതാപിയായിരു ന്നു. അദ്ദേഹത്തിന്റെ ഐശ്വര്യത്തിൽ പലരും അസൂയാലുക്കളായി രുന്നു. എന്നാൽ എല്ലാ ഐശ്വര്യങ്ങളുടെയും നടുവിലായിരുന്നിട്ടും അദ്ദേഹം ഏറെ ദുഃഖിതനായിരുന്നു. രണ്ട് പത്നിമാരുണ്ടായിരുന്നിട്ടും ബ്രഹ്മദത്തന് സന്താന സൗഭാഗ്യം കൈവന്നില്ല. ബ്രഹ്മദത്തൻ തന്റെ മന്ത്രിയും മഹാസാത്വികനുമായ മിത്രസഹന്റെ ഉപദേശമനുസരിച്ച് കൈലാസത്തിലെത്തി സന്താനസൗഭാഗ്യത്തിനായി പരമശിവനെ തപസ്സുചെയ്തു. ബ്രഹ്മദത്തന്റെ കഠോര തപസ്സുകണ്ട് മനസ്സലിഞ്ഞ പരമശിവൻ അയാൾക്ക് രണ്ട് പുത്രന്മാരുണ്ടാകട്ടെയെന്ന് അനുഗ്രഹി ച്ചു. അധികം താമസിയാതെ ബ്രഹ്മദത്തന് രണ്ട് പുത്രന്മാരുണ്ടായി. അവർക്ക് ഹംസൻ എന്നും ഡിഭകൻ എന്നും പേരിട്ടു.

ഹംസനും ഡിഭകനും മഹാവികൃതികളും ശാഠ്യക്കാരുമായി വളർന്നുവന്നു. ശിവന്റെ വരദാനം കൊണ്ടാണ് തങ്ങൾ ജനിച്ചതെ ന്ന് അവർക്കറിയാമായിരുന്നു. അതുകൊണ്ടുതന്നെ പരമശിവനോട് അവർക്ക് ഭക്തി ഉണ്ടായിരുന്നു. പരമശിവന്റെ അനുഗ്രഹം നേടിയെടു ത്താൽ ജീവിതം സഫലമാകുമെന്ന് മനസ്സിലാക്കിയ അവർ ശിവനെ തപസ്സു ചെയ്ത് പ്രസാദിപ്പിച്ചു. വരപ്രാപ്തിനേടിയ ഹംസഡിഭകന്മാർ ഏറെ അഹങ്കരിച്ചു. മുനിമാരെയും മറ്റ് സാത്വികരേയും ഉപദ്രവിക്കുന്ന തിൽ അവർ ആനന്ദം കണ്ടെത്തി. ഒരിക്കൽ കശ്യപപ്രജാപതിയുടെ

ആശ്രമത്തിൽ കടന്നുചെന്ന് ഇവർ ഏറെ നാശനഷ്ടങ്ങൾ ഉണ്ടാക്കി. ഹംസഡിഭകന്മാരുടെ ഉപദ്രവം അസഹ്യമായിരുന്നെങ്കിലും കശ്യപൻ ആരോടും പരിഭവം പറഞ്ഞില്ല. ക്രോധത്തിന്റെ അവതാരമെന്ന് വിശേഷിപ്പിക്കപ്പെടുന്ന ദുർവ്വാസാവിന്റെ ആശ്രമത്തിലും ഇവർ പ്രശ്നങ്ങൾ സൃഷ്ടിച്ചു. കോപിഷ്ഠനായ ദുർവ്വാസാവ് ദ്വാരകയിലെത്തി ശ്രീകൃഷ്ണനെ കണ്ട് ഹംസഡിഭകന്മാരുടെ അഹങ്കാരത്തിന് അറുതിവരുത്തണമെന്ന് ആവശ്യപ്പെട്ടു.

ഇതിനിടയിൽ സാല്വ രാജ്യത്തിനുവേണ്ടി യജ്ഞം നടത്തുവാൻ ഹംസഡിഭകന്മാർ തീരുമാനിച്ചു. മറ്റു രാജ്യങ്ങളെ സ്വന്തം വരുതിയിലാക്കുക എന്നതായിരുന്നു അവരുടെ ഉദ്ദേശ്യം. മന്ത്രിയായ മിത്രസേനന്റെ പുത്രൻ ജനാർദ്ദനനെ ഹംസഡിഭകന്മാർ രാജസൂയ യജ്ഞത്തിന്റെ വിവരം അറിയിക്കുവാനായി ദ്വാരകയിലേക്കയച്ചു. വിഷ്ണുഭക്തനും സ്വാതികനുമായ ജനാർദ്ദനന് വേദനാജനകമായ ആ കർത്തവ്യം നിർവഹിക്കേണ്ടിവന്നു. ശ്രീകൃഷ്ണനെ നേരിൽ കാണാൻ കഴിഞ്ഞതിനാൽ അയാൾ ഏറെ സന്തുഷ്ടനായിരുന്നു. ജനാർദ്ദനിൽ നിന്ന് ഹംസഡിഭകന്മാർ നല്കിയ സന്ദേശം ശ്രീകൃഷ്ണൻ കൈപ്പറ്റി. ബലരാമൻ, സാത്യകി എന്നിവരോടൊപ്പം പട നയിച്ച് അദ്ദേഹം സാല്വരാജ്യത്തെത്തി. ഘോരയുദ്ധത്തിനവസാനം ശ്രീകൃഷ്ണൻ ഹംസനെയും ബലരാമൻ ഡിഭകനെയും വധിച്ചു.

ലോകമംഗളത്തിന് വിരുദ്ധമായി പ്രവർത്തിക്കുന്ന ശക്തികൾക്ക് ആത്യന്തികമായി വൻ പരാജയം അനുഭവിക്കേണ്ടിവരുമെന്ന് ഈ കഥ നമ്മെ പഠിപ്പിക്കുന്നു.

●

നിയതിയുടെ ഗതിവിഗതികൾ

വലരേയും പോരിൽ വധിച്ച മഹാപരാക്രമിയാണ് ഭീമസേനൻ. സ്വന്തം കഴിവിലും പരാക്രമത്തിലും അദ്ദേഹം ഏറെ അഭിമാനിച്ചിരുന്നു. അഭിമാനം അഹങ്കാരമായി പരിണമിച്ചപ്പോഴൊക്കെ അദ്ദേഹത്തിന് തിരിച്ചടി കിട്ടിയിട്ടുണ്ട്. ശ്രീകൃഷ്ണന്റെ മുമ്പിലും സഹോദരനായ ഹനുമാന്റെ മുമ്പിലും ഭീമസേനൻ പരാജയം സമ്മതിച്ചിട്ടുണ്ട്. സ്വന്തം പൗത്രനായ ബർബ്ബരികന്റെ മുമ്പിലും ഒരിക്കൽ ഭീമസേനൻ പരാജയപ്പെട്ടു. ഒരു പെരുമ്പാമ്പിന്റെ മുമ്പിലും ഇദ്ദേഹത്തിന് നിസ്സഹായനാകേണ്ടിവന്നിട്ടുണ്ട്.

പല പുണ്യസ്ഥലങ്ങളും സന്ദർശിച്ചു വരുന്ന കൂട്ടത്തിൽ ഒരിക്കൽ ഭീമസേനൻ ഹിമവൽ പ്രദേശത്തെത്തി. ഒരു ഗുഹാമുഖത്തുകൂടി കടന്നു പോയ ഭീമസേനനെ ഒരു പെരുമ്പാമ്പ് കയറിപിടിച്ചു. ക്ഷണനേരം കൊണ്ട് അത് ഭീമനെ വരിഞ്ഞു മുറുക്കി. ഏറെ ശ്രമിച്ചിട്ടും കരുത്തനായ ഭീമന് പെരുമ്പാമ്പിന്റെ പിടിയിൽ നിന്നും മോചിതനാകാൻ കഴിഞ്ഞില്ല. സംഘർഷത്തിലൂടെ വിജയിക്കാൻ കഴിയില്ലെന്ന് ഉറപ്പായപ്പോൾ അനുനയത്തിന്റെ പാത തെരെഞ്ഞെടുക്കുവാൻ അയാൾ നിർബന്ധിതനായി. പാണ്ഡുപുത്രനായ താൻ സഹോദരങ്ങളുമൊത്ത് പുണ്യക്ഷേത്രദർശനം നടത്തിവരികയാണെന്നും തനിക്ക് ആരോടും ശത്രുതയില്ലെന്നും ഭീമൻ പെരുമ്പാമ്പിനോട് പറഞ്ഞു. ഒരുതെറ്റും ചെയ്യാത്ത തന്നെ ഉപദ്രവിക്കുന്നതെന്തിനാണെന്ന ഭീമന്റെ ചോദ്യം കേട്ട് പെരുമ്പാമ്പ് സ്വന്തം കഥ പറഞ്ഞു.

അഗസ്ത്യമുനിയുടെ ശാപം നിമിത്തം പെരുമ്പാമ്പായി മാറിയ ചന്ദ്രവംശ രാജാവായ നഹുഷനാണ് തന്നെ പിടിച്ചിരിക്കുന്നതെന്ന് ഭീമൻ അറിഞ്ഞു. വൃത്രാസുരന്റെ സുഹൃത്തായി അഭിനയിച്ച് അയാളെ ചതിവിൽ വധിച്ചതു കാരണം ബ്രഹ്മഹത്യാപാപം ഏറ്റെടുക്കേണ്ടി

വന്ന ഇന്ദ്രൻ ദേവരാജ പദവി ഉപേക്ഷിച്ച് മാനസസരസ്സിലെ ഒരു താമരപ്പൂവിൽ പോയി ഒളിച്ചിരുന്നു. ദേവലോകം അനാഥമായി. ദേവന്മാർ തിരക്കിട്ട് കൂടിയാലോചന നടത്തിയതിന് ശേഷം നൂറ് അശ്വമേധയാഗം നടത്തിയിട്ടുള്ള ചന്ദ്രവംശരാജാവായ നഹുഷനെ ഇന്ദ്രനായി വാഴിച്ചു. ദേവലോകത്തിന് അധിപതിയായിട്ടും ഇന്ദ്രാണി (ശചീദേവി) തന്റെ അധീനതയിൽ ആകാത്തതു കാരണം നഹുഷൻ ക്രുദ്ധനും നിരാശനുമായി. ശചീദേവിയെ സ്വന്തമാക്കുവാൻ വേണ്ടി എന്തു ചെയ്യുവാനും നഹുഷൻ ഒരുക്കമായിരുന്നു. ശചീദേവി താമരപ്പൂവിൽ ഒളിച്ചിരിക്കുന്ന ഭർത്താവിനെക്കണ്ട് സങ്കടം പറഞ്ഞു. നഹുഷനിൽ നിന്നും രക്ഷപ്പെടുവാനുള്ള ഒരു ഉപായം ഇന്ദ്രൻ ശചീദേവിക്ക് ഉപദേശിച്ചുകൊടുത്തു. അതിൻപ്രകാരം ശചീദേവി നഹുഷനെ കണ്ട് ഇപ്രകാരം പറഞ്ഞു. 'സ്വന്തം പുരുഷന്റെ പ്രതാപത്തെപ്പറ്റി സ്ത്രീകൾക്ക് ചില ധാരണകളും മോഹങ്ങളും ഉണ്ടാവുക സ്വാഭാവികമാണല്ലോ? എനിക്ക് വാഹനങ്ങളോട് വലിയ കമ്പമാണ്. അതുകൊണ്ട് എന്നെ സ്വീകരിക്കുവാൻ വരുന്ന പുരുഷൻ പല്ലക്കിൽ വരണമെന്ന് ഞാൻ ആഗ്രഹിക്കുന്നു. ശ്രേഷ്ഠരായ മുനിമാർ വഹിക്കുന്ന ഒരു പല്ലക്കിൽ അവിടുന്ന് എന്റെ ഗൃഹത്തിലെത്തി എന്നെ സ്വീകരിക്കുക.' ശചീദേവിയുടെ നിർദ്ദേശം നഹുഷൻ ഏറെ സന്തോഷത്തോടെ സ്വീകരിച്ചു. അഗസ്ത്യൻ തുടങ്ങിയ മുനിമാർ ചുമക്കുന്ന പല്ലക്കിൽ കയറി അയാൾ ഇന്ദ്രാണിയുടെ അടുത്തേയ്ക്ക് പുറപ്പെട്ടു. ഏറെ നാളായി കൊതിച്ചിരുന്ന ശചീദേവിയെ പ്രാപിക്കാൻ പോകുന്നതിന്റെ ലഹരിയും ഉന്മാദവും നഹുഷന്റെ മനസ്സിനെ കീഴ്പ്പെടുത്തി. മുനിമാർ വളരെ സാവകാശം സഞ്ചരിക്കുന്നതായി അയാൾക്ക് തോന്നി. മുനിമാർക്ക് നഹുഷനിൽ നിന്നും കടുത്ത ശകാരം ഏല്ക്കേണ്ടിവന്നു. അവർ ഓടിത്തുടങ്ങി. എന്നിട്ടും നഹുഷന് തൃപ്തിയായില്ല. അയാൾ വേഗം...വേഗം എന്ന് പറഞ്ഞുകൊണ്ട് അഗസ്ത്യമുനിയെ ചാട്ടവാർ കൊണ്ടടിച്ചു. വേദനകൊണ്ട് പുളഞ്ഞ അഗസ്ത്യൻ നഹുഷനെ ശപിച്ചു. 'നീ ഒരു മഹാ നാഗമായി ഭൂമിയിൽ പതിക്കട്ടെ.' തെറ്റ് ബോദ്ധ്യപ്പെട്ട നഹുഷൻ അഗസ്ത്യനോട് ശാപമോക്ഷത്തിനായി ഇരന്നു. പെരുമ്പാമ്പായി കഴിയുന്ന കാലത്ത് ധർമ്മപുത്രരുമായി കാണാനിടവരുമ്പോൾ നിനക്ക് വീണ്ടും സ്വർഗ്ഗം പ്രാപിക്കുവാൻ കഴിയുമെന്ന് അഗസ്ത്യൻ ശാപമോക്ഷം നല്കി. തുടർന്ന് നഹുഷൻ ഒരു പെരുമ്പാമ്പായി ഭൂമിയിൽ ജനിച്ചു. പെരുമ്പാമ്പിന്റെ കഥ കേട്ട ഭീമന് ആശ്വാസമായി. വേദനയും ശ്വാസംമുട്ടലും ഉണ്ടായെങ്കിലും ഒരു മഹാനായ രാജാവിന്റെ ശാപമോക്ഷത്തിന് താനും കാരണക്കാരനായി മാറുന്നുവെന്നതിൽ അദ്ദേഹത്തിന് അഭിമാനം തോന്നി.

ഏറെ നേരമായിട്ടും ഭീമസേനനെ കാണാതായപ്പോൾ ധർമ്മ പുത്രർ അന്വേഷിച്ചിറങ്ങി. അവസാനം അദ്ദേഹം ഹിമവൽ പ്രദേ ശത്തെത്തി. പെരുമ്പാമ്പിനാൽ ചുറ്റപ്പെട്ടു കഴിയുന്ന ഭീമസേനനെ അദ്ദേഹം കണ്ടു. ധർമ്മപുത്രരുടെ ആവശ്യപ്രകാരം പെരുമ്പാമ്പ് ഭീമസേനനെ മോചിപ്പിച്ചു. പെരുമ്പാമ്പായി കഴിഞ്ഞ നഹുഷന് ധർമ്മപുത്രരുടെ ദർശനത്താൽ ശാപമോക്ഷം കിട്ടി. അദ്ദഹം സ്വർ ഗ്ഗത്തിലേക്ക് പോയി.

നിയതിയുടെ ഗതിവിഗതികളോർത്ത് ധർമ്മപുത്രർ ആശ്ചര്യം ൂകി. തൃഷ്ണകാരണം മനുഷ്യനുണ്ടാകുന്ന ദുരനുഭവങ്ങളെപ്പറ്റി അദ്ദേഹം ഭീമനുമായി ചർച്ച ചെയ്തു. തീർത്ഥാടനത്തിനുപോയ തങ്ങൾക്ക് ജീവിത തത്വങ്ങൾ എളുപ്പത്തിൽ പഠിപ്പിച്ചു തരുവാനായി ഭഗവാൻ അയച്ച ദൂതനാണ് പെരുമ്പാമ്പ് എന്ന് ഇരുവർക്കും തോന്നി.

●

ഇരുമുടിക്കെട്ട്

ജീവിതയാത്രയിൽ എല്ലാമനുഷ്യർക്കും പുണ്യപാപങ്ങളുടെ ഇരുമുടിക്കെട്ട് വഹിക്കേണ്ടി വരുന്നു. പുണ്യത്തിന്റെയും പാപത്തിന്റെയുമായ ഇരുമുടിക്കെട്ടിന് വലിപ്പച്ചെറുപ്പം ഉണ്ടാകും. ചിലർ പുണ്യമേറെ പേറുമ്പോൾ മറ്റു ചിലർ പാപമേറെ പേറുന്നു.

ജനകമഹാരാജാവ് സാത്ത്വികനും പുണ്യനിധിയുമായിരുന്നു. ധാരാളം ജ്ഞാനികളും ഋഷിമാരും ധർമ്മോപദേശം നേടുവാൻ ജനകനെ തേടിയെത്തിയിട്ടുണ്ട്. പുണ്യശ്ലോകനായ ജനകന്റെ ദേഹത്ത് സ്പർശിക്കുന്ന വായുവിന് വിശേഷ കുളിർമ്മ ഉണ്ടാകുമായിരുന്നുവത്രേ. അങ്ങനെയുള്ള ജനകന് പാപസ്പർശം ഉണ്ടാകുവാൻ ഇടയില്ലല്ലോ?

ഒരിക്കൽ ജനകമഹാരാജാവ് യോഗവിദ്യകൊണ്ട് ആത്മാവിനെ ശരീരത്തിൽ നിന്നും വേർപെടുത്തി. ശരീരം വെടിഞ്ഞ ജനകന്റെ ആത്മാവിനെ കൊണ്ടുപോകാനായി ദേവലോകത്തുനിന്നും പ്രത്യേകം അലങ്കരിച്ച വിമാനമെത്തി. ജനകൻ ഈ വിമാനത്തിലേറി മുകളിലേക്ക് പറന്നു. ആ വിമാനം യമപുരത്തിന് സമീപമെത്തി. ജനകന് നരകത്തിന്റെ മുഖം കാണാൻ കഴിഞ്ഞു. നിരവധി ആളുകൾ അവിടെ പീഡിപ്പിക്കപ്പെട്ടുന്നുണ്ടായിരുന്നു. ജനകന്റെ സാന്നിദ്ധ്യം കൊണ്ട് അവിടുത്തെ വായുവിന് കുളിർമ്മ കൈവന്നു. നരകച്ചൂടിൽ വെന്തെരിഞ്ഞുകൊണ്ടിരുന്ന ആളുകൾക്ക് വലിയ ആശ്വാസം കൈവന്നു. ജനകമഹാരാജാവിന്റെ വരവിൽ അവരെല്ലാം സന്തോഷിച്ചു. പക്ഷേ, അവരുടെ സന്തോഷം ഏറെ നിലനിന്നില്ല. കാരണം, ജനകന് സ്വർഗ്ഗത്തിലേക്ക് പുറപ്പെടേണ്ട സമയമായി. നരകവാസികൾ ജനകനോട് പോകരുതെന്നപേക്ഷിച്ചു. നരകവാസികളുടെ ആവശ്യം തിരസ്കരിക്കുവാൻ ജനകന് കഴിഞ്ഞില്ല.

അദ്ദേഹം അവരോടൊത്ത് കഴിഞ്ഞു. ഇതിനോടകം യമൻ അവിടെ എത്തി. 'നരകത്തിന്റെ മുഖം കണ്ട താങ്കൾ ഇനി ഇവിടെ നിൽക്കു ന്നത് ശരിയല്ല. സ്വർഗ്ഗത്തിലേക്ക് പുറപ്പെട്ടാലും' യമൻ പറഞ്ഞു. 'എന്റെ സാന്നിദ്ധ്യം ഒന്നുകൊണ്ടുമാത്രം സുഖമനുഭവിക്കുന്ന നിരവധി ആളുകൾ ഇവിടെയുണ്ട്. അവരുടെ സുഖം നഷ്ടപ്പെടുത്തിക്കൊണ്ട് സ്വർഗ്ഗത്തിലേക്ക് പോകുവാൻ ഞാൻ ആഗ്രഹിക്കുന്നില്ല. അഥവാ പോകണമെന്നുണ്ടെങ്കിൽ ഇവരെ നരകയാതനയിൽ നിന്നും മോചി പ്പിക്കണം'.

ജനകന്റെ നിഷ്കളങ്കമായ മനസ്സുകണ്ട് യമൻ സന്തുഷ്ടനായി. അദ്ദേഹം പറഞ്ഞു- 'താങ്കൾ ഇവരെ പരിചയപ്പെടാത്തതു കൊണ്ടാണ് ഇപ്രകാരം പറയുന്നത്. ഘോരപാപികളായതുകൊണ്ടാണ് ഇവർക്ക് നരകയാതന അനുഭവിക്കേണ്ടിവരുന്നത്. പാപികളെ ശിക്ഷിക്കാതെ വിടുന്നത് ധർമ്മമല്ല. ഈ ധർമ്മലോകത്തിൽനിന്നും പാപഫലം അനുഭവിച്ചതിന് ശേഷമേ അവർക്ക് പോകാൻ കഴിയൂ. നരകവാ സികളുടെ വിമോചനത്തിനു വേണ്ടി വീണ്ടും വാദിച്ച ജനകനോട് യമൻ പറഞ്ഞു-താങ്കൾ ചെയ്ത ഏതെങ്കിലും പുണ്യം ഇവർക്കു വേണ്ടി ത്യജിക്കുകയാണെങ്കിൽ ഇവരെ ഞാൻ മോചിപ്പിക്കാം. ഒരു പ്രഭാത ത്തിൽ ശുദ്ധമനസ്സോടെ രാമനാമം ജപിച്ചതിന്റെ പുണ്യം ജനകൻ നരകവാസികൾക്ക് വിട്ടുകൊടുത്തു. ജനകൻ വിട്ടുകൊടുത്ത ആ പുണ്യത്തിന്റെ ഫലമായി നരകവാസികൾ വിമോചിതരായി. രാമ നാമത്തിന്റെ മഹത്വം അവരെല്ലാം വാഴ്ത്തി. ജനകനെ അവർ സ്തുതിച്ചു. എല്ലാം കഴിഞ്ഞ് ജനകൻ യമനോട് ചോദിച്ചു- 'പാപം ചെയ്യാത്തവർ ക്ക് നരകമുഖം ദർശിക്കേണ്ടി വരില്ലായെന്ന് എല്ലാവരും പറയുന്നു. അങ്ങനെയെങ്കിൽ എനിക്ക് നരകമുഖം കാണേണ്ടി വന്നതെന്തുകൊ ണ്ടാണ്'?

അവിടുന്ന് പുണ്യശ്ലോകനാണ്. ധർമ്മിഷ്ഠരിൽ ധർമ്മിഷ്ഠനാണ്. എങ്കിലും ഒരു പാപം താങ്കളുടെ പേരിലുണ്ട്. പുല്ലുതിന്നുകൊണ്ടിരുന്ന ഒരു പശുവിനെ ഒരിക്കൽ താങ്കൾ തടഞ്ഞു നിർത്തി. ആ പാപം നിമിത്തമാണ് താങ്കൾക്ക് നരകദർശനമുണ്ടായത്.

മനുഷ്യന്റെ ചെറിയ-ചെറിയ പ്രവൃത്തികൾക്ക് പോലും പ്രകടമായ ഫലം ഉണ്ടാകുന്നുവെന്ന് ജനകൻ മനസ്സിലാക്കി. മറ്റുള്ളവർക്ക് പ്ര യോജനപ്പെടുന്ന രീതിയിൽ തന്റെ അസ്തിത്വത്തെ നിലനിർത്താൻ കഴിയുന്നതാണ് ഏറ്റവും വലിയ പുണ്യമെന്ന് ജനകൻ തിരിച്ചറി ഞ്ഞു. മറ്റുള്ളവർക്കുവേണ്ടി ചെറിയ-ചെറിയ കാര്യങ്ങൾ ചെയ്യുവാൻ കഴിയുന്ന മനുഷ്യന്റെ ജീവിതം ധന്യമാകുന്നു.

അമ്മതെന്നും സ്വപ്നലോകത്ത്

ജാതി-മത ചിന്തകൾക്കതീതമായി എല്ലാകാര്യങ്ങളെയും കാണുവാനും അപഗ്രഥിക്കുവാനും മനുഷ്യന് ഇന്നും കഴിയുന്നില്ല. ജാതിചിന്ത അഭ്യസ്ത വിദ്യരുടെ ഇടയിൽ പോലും കുറഞ്ഞു വരുന്നതായി കാണുന്നില്ല. സങ്കുചിതമായ ചിന്തകൾക്കതീതമായ മാനവികതയുടെ സന്ദേശം പ്രചരിപ്പിക്കുവാൻ നമുക്ക് കഴിയുമായിരുന്നുവെങ്കിൽ സമൂഹത്തിൽ ശാശ്വതമായ ശാന്തിയും സമാധാനവും അഭിവൃദ്ധിയും ഉണ്ടാകുമായിരുന്നു.

ഉതങ്കൻ ഗൗതമ മഹർഷിയുടെ ഉത്തമ ശിഷ്യരിൽ ഒരാളായിരുന്നു. ഗുരുവിന്റെ പ്രത്യേക വാത്സല്യത്തിന് പാത്രമായതിനാൽ ഗുരുകുലത്തിൽ ഏറെക്കാലം കഴിയുവാനുള്ള അവസരം അയാൾക്ക് കിട്ടി. എന്നാൽ ജരാനര ബാധിച്ചിട്ടും ഗുരുവിന്റെ നിഴലായി കഴിയേണ്ടിവരുന്നല്ലോയെന്നോർത്ത് ഉതങ്കൻ പലപ്പോഴും സങ്കടപ്പെട്ടിരുന്നു. ശിഷ്യന്റെ സങ്കടം മനസ്സിലാക്കിയ ഗുരു അയാളെ പോകുവാൻ അനുവദിച്ചു. ഉതങ്കന് ഏതുകാര്യത്തിലും സ്വന്തമായ നിലപാട് ഉണ്ടായിരുന്നു. ഒരിക്കൽ ദ്വാരകക്കടുത്തു വച്ച് ഉതങ്കൻ ശ്രീകൃഷ്ണനെ കണ്ടുമുട്ടി. കൗരവ-പാണ്ഡവർ തമ്മിലുള്ള പ്രശ്നം രമ്യമായി പരിഹരിക്കാൻ ആത്മാർത്ഥമായ ശ്രമം നടത്താത്തതിന്റെ പേരിൽ ഉതങ്കൻ ശ്രീകൃഷ്ണനെ ശപിക്കാനൊരുങ്ങി. താൻ പറഞ്ഞതൊന്നും ഉതങ്കമഹർഷി ശരിയായി മനസ്സിലാക്കിയിട്ടില്ലായെന്ന് തോന്നിയപ്പോൾ ശ്രീകൃഷ്ണൻ അയാൾക്ക് തന്റെ വിശ്വരൂപം കാട്ടികൊടുത്തു. വിശ്വരൂപം കണ്ട് അമ്പരന്നു നിന്ന ഉതങ്കൻ ശ്രീകൃഷ്ണനെ വിനയപൂർവ്വം വണങ്ങി. ധർമ്മിഷ്ഠനും ശാന്തിപ്രിയനും ശുദ്ധഗതിക്കാരനുമായ ഉതങ്കനോട് ശ്രീകൃഷ്ണന് പ്രത്യേക കരുണ തോന്നി. അദ്ദേഹം അയാളോട് ഇഷ്ടമുള്ള വരം ചോദിച്ചു കൊള്ളുവാൻ പറഞ്ഞു. മരുഭൂമിയിലായിരിക്കുമ്പോൾ ദാഹജലം കിട്ടാൻ അനുഗ്രഹിക്കണമെന്ന് മഹർഷി

കൃഷ്ണനോട് അപേക്ഷിച്ചു. ജലം ആവശ്യമായി വരുമ്പോൾ തന്നെ സ്മരിച്ചാൽ മതിയെന്ന് ശ്രീകൃഷ്ണൻ അനുഗ്രഹിച്ചു.

ഉതങ്കന്റെ ഗുണങ്ങളാൽ സ്വാധീനിക്കപ്പെട്ട ശ്രീകൃഷ്ണൻ അയാളുടെ ജരാനര അകറ്റണമെന്ന് ആഗ്രഹിച്ചു. ദേവേന്ദ്രനെ കണ്ട് ഉതങ്കന് അമൃത് നല്കണമെന്ന് അദ്ദേഹം ആവശ്യപ്പെട്ടു. എന്നാൽ ഒരു സാധാരണ മനുഷ്യന് അമൃതപാനത്തിന് അവകാശമില്ലെന്ന് ഇന്ദ്രൻ പറഞ്ഞു. ശ്രീകൃഷ്ണൻ നിർബന്ധിച്ചപ്പോൾ ഉതങ്കന്റെ അറിവും അർഹതയും പരീക്ഷിച്ചറിഞ്ഞിട്ട് വേണ്ടതു ചെയ്യാമെന്ന് ഇന്ദ്രൻ സമ്മതിച്ചു.

ഒരിക്കൽ ഉതങ്കൻ മരുഭൂമിയിലൂടെ സഞ്ചരിക്കുകയായിരുന്നു. ദാഹം കൊണ്ടു വലഞ്ഞ അദ്ദേഹം ശ്രീകൃഷ്ണനെ സ്മരിച്ചു. അധികം താമസിയാതെ ഒരു ചണ്ഡാളൻ അവിടെ വന്നു. അയാളുടെ ശരീരമാകെ മലിനമായിരുന്നു. ഏതാണ്ട് നഗ്നനും പട്ടികളാൽ വലയം ചെയ്യപ്പെട്ടവനുമായ ചണ്ഡാളൻ കൊടുത്ത ജലം കുടിക്കാൻ ഉതങ്കൻ വിസമ്മതിച്ചു. ദാഹിക്കുന്നവന്റെ മുമ്പാകെ ലഭ്യമാകുന്ന ജലം ഈശ്വര കൃപാമൃതം ആണെന്നും പറഞ്ഞ് ഏറെ നിർബന്ധിച്ചിട്ടും ഉതങ്കൻ ചണ്ഡാളന്റെ കയ്യിൽ നിന്ന് ജലം സ്വീകരിച്ചില്ല. ചണ്ഡാളനും നായ്ക്കളും ഉതങ്കനെ വിട്ടുപോയി. സാക്ഷാൽ ശ്രീകൃഷ്ണൻ ഉതങ്കന്റെ മുമ്പാകെ പ്രത്യക്ഷപ്പെട്ടു. ശ്രീകൃഷ്ണനെ കണ്ട ഉടനെ ഉതങ്കൻ പറഞ്ഞു. 'ബ്രാഹ്മണന് ജലം നല്കാൻ ചണ്ഡാളനെ ഏല്പിച്ചത് തീരെ ശരിയായില്ല. അവനിൽ നിന്നും പ്രാണജലം സ്വീകരിക്കുന്നതിനേക്കാൾ പ്രാണത്യാഗം ചെയ്യുകയെന്നതാണ് എനിക്കഭികാമ്യം.' ചണ്ഡാള വേഷത്തിൽ വന്നത് ഇന്ദ്രനായിരുന്നെന്നും ദാഹജലമായി നീട്ടിയത് സുരലോകത്തുമാത്രമുള്ള അമൃതായിരുന്നെന്നും ഒരിക്കൽ അമൃത് നിഷേധിച്ചാൽ പിന്നീടൊരിക്കലും അത് ലഭ്യമാകുന്നതല്ലെന്നും ശ്രീകൃഷ്ണൻ അയാളെ അറിയിച്ചു. കുണ്ഠിതനായ ഉതങ്കനെ ഭഗവാൻ ആശ്വസിപ്പിച്ചു. അയാൾ സഞ്ചരിക്കുന്ന മരുഭൂമിയിൽ ജലമേഘങ്ങൾ ഉണ്ടാകട്ടെയെന്ന് അദ്ദേഹം അനുഗ്രഹിച്ചു. അന്നുമുതൽ മരുഭൂമിയിൽ മഴപെയ്യിക്കുന്ന കാറിന് ഉതങ്കക്കാറുകൾ എന്നുപറയുന്നു.

അമൃത് ശാശ്വതമായ ശാന്തിയുടേയും ആനന്ദത്തിന്റെയും ഐശ്വര്യത്തിന്റെയും പ്രതീകമാണ്. ഭാരതീയന്റെ മനസ്സാകുന്ന മരുഭൂമിയിൽ ഒരിക്കലും അമൃതവർഷം ഉണ്ടാകുന്നില്ല. കാരണം, ഉതങ്കമനസ്സുകൾക്ക് നായുടേയും ചെളിയുടേയും ചണ്ഡാളന്റെയും ഒപ്പമുള്ള അമൃത് ഉൾക്കൊള്ളുവാൻ കഴിയുന്നില്ല. അതുകൊണ്ട് അമൃതെന്നും സ്വപ്ന ലോകത്ത് സുരക്ഷിതമായി ഇരിക്കുന്നു.

അസുര ജന്മം

ആദിമദ്ധ്യാന്തങ്ങളില്ലാത്ത സർവ്വവ്യാപിയായ മഹാവിഷ്ണുവിന്റെ നാഭിയിൽ നിന്നും ഒരു താമരയുണ്ടായി. ആ താമരപ്പൂവിൽ ബ്രഹ്മദേവനെ സൃഷ്ടിച്ചിരുത്തി. സൃഷ്ടിയുടെ ചുമതലയുള്ള ദേവന്റെ ഇരിപ്പിടം മനോഹരമാക്കണമെന്ന് വിഷ്ണു തീരുമാനിച്ചു. താമരദളങ്ങൾക്ക് അതിചാരുതയേകുവാനായി അദ്ദേഹം അതിൽ രണ്ടു തുള്ളി ജലം വീഴ്ത്തി. അതിൽ ഒരുതുള്ളി തേൻതുള്ളി പോലെ മധുരമുള്ളതായിരുന്നു. ആ ജലബിന്ദുവിൽ നിന്നും ഒരു അസുരൻ പിറവിയെടുത്തു. അയാൾക്ക് മധു എന്ന പേര് സിദ്ധിച്ചു. രണ്ടാമത്തെ ജലബിന്ദുവിൽ നിന്നും കൈടഭൻ എന്ന അസുരൻ ജനിച്ചു. ഭൂഗോളമോ, മറ്റ് ഗ്രഹങ്ങളോ ഒന്നും ഇല്ലാതിരുന്ന അക്കാലത്ത് എവിടെയും ജലപ്പരപ്പ് മാത്രമേ ഉണ്ടായിരുന്നുള്ളു. പരന്നു നിറഞ്ഞു കിടക്കുന്ന പ്രപഞ്ചത്തെപ്പറ്റി ഏറെ അറിയുവാനുള്ള ജിജ്ഞാസ മധുകൈടഭന്മാർക്കുണ്ടായി. ജിജ്ഞാസ നിമിത്തം അവർക്ക് അറിവുണ്ടായി. അവർ പരാശക്തിയെ ഉപാസിച്ചു. അറിവിനുവേണ്ടി ദാഹിച്ച അവരിൽ ദേവീപ്രസാദം ഉണ്ടായി. 'സ്വച്ഛന്ദമൃത്യുവായി ഭവിക്കട്ടെ' എന്ന വരം ദേവിയിൽ നിന്നും മധുകൈടഭന്മാർ കരസ്ഥമാക്കി. എല്ലാം അറിയുന്നവരാണ് തങ്ങൾ എന്ന ചിന്ത അവരെ ഭരിച്ചുതുടങ്ങി. ക്രമേണ അവർ അഹങ്കാരികളും അക്രമികളുമായി. ബ്രഹ്മാവിന്റെ കയ്യിൽ നിന്നും അവർ വേദങ്ങൾ തട്ടിയെടുത്തു. പാതാളം താവളമാക്കിക്കഴിഞ്ഞ മധുകൈടഭന്മാരെ നേരിട്ടെതിർക്കാൻ ബ്രഹ്മാവിന് ധൈര്യമുണ്ടായില്ല. സ്വച്ഛന്ദമൃത്യു വരം നേടിയ അവരെ ജയിക്കുക എളുപ്പമല്ലെന്ന് ബ്രഹ്മാവിന് അറിയാമായിരുന്നു. തന്റെ കൈകളിൽ ഒതുങ്ങിയിരുന്ന വേദങ്ങൾ ഇപ്പോൾ അസുരന്മാരുടെ കൈവശമായിരിക്കുന്നുവെന്ന് അദ്ദേഹം വിഷ്ണുവിനെ അറിയിച്ചു.

വിഷ്ണു പാതാളത്തിലെത്തി മധുകൈടഭന്മാരെ നേരിട്ടു. അയ്യായിരം വർഷക്കാലം യുദ്ധം ചെയ്തിട്ടും വിഷ്ണുവിന് അവരെ കീഴ്പ്പെടുത്താനായില്ല. അദ്ദേഹം തളർന്ന് അവശനായി. തന്നിൽനിന്ന് സ്വച്ഛന്ദമൃത്യു വരം വാങ്ങിയിരിക്കുന്ന മധുകൈടഭന്മാരെ നേരിട്ടുള്ള യുദ്ധത്തിൽ തോല്പിക്കാൻ സാധിക്കില്ലായെന്ന് പരാശക്തി വിഷ്ണുവിനെ അറിയിച്ചു. ബുദ്ധിപരമായ നീക്കത്തിലൂടെ അവരെ കീഴ്പ്പെടുത്തുവാൻ ദേവി വിഷ്ണുവിനെ ഉപദേശിച്ചു.

യുദ്ധം നിർത്തിയ വിഷ്ണു മധുകൈടഭന്മാരുടെ വീരതയെ പ്രശംസിച്ചു. വീരന്മാരായ നിങ്ങൾക്ക് എന്തു വരമാണ് വേണ്ടതെന്ന് അദ്ദേഹം ചോദിച്ചു. പരാജിതനായതിനുശേഷം തങ്ങൾക്ക് വരം തരാൻ ഒരുങ്ങിയ വിഷ്ണുവിനെ അവർ ഏറെ പരിഹസിച്ചു. സ്വന്തമായി കരബലമുള്ള ഞങ്ങൾക്ക് താങ്കളുടെ വരബലം ആവശ്യമില്ലെന്ന് അവർ പറഞ്ഞു. മാത്രമല്ല, പരാജിതനായ താങ്കൾക്ക് വിജയികളായ ഞങ്ങളിൽ നിന്നും വരം ആവശ്യമുണ്ടെങ്കിൽ ചോദിക്കാൻ മടിക്കരുതെന്നും മധുകൈടഭന്മാർ വിഷ്ണുവിനോട് പറഞ്ഞു. അസുരന്മാരായ നിങ്ങൾ തരുമെന്ന് ഉറപ്പാണെങ്കിൽ വരം ചോദിക്കാമെന്ന് വിഷ്ണു പറഞ്ഞു. മധുകൈടഭന്മാരിൽ നിന്നും ഉറപ്പു ലഭിച്ചപ്പോൾ 'നിങ്ങളെ വധിക്കുവാനുള്ള വരം' എനിക്ക് നൽകണമെന്ന് വിഷ്ണു ആവശ്യപ്പെട്ടു. തേടിയ വരം നൽകാതിരുന്നാൽ അപകീർത്തി ഉണ്ടാകുമെന്നുള്ളതുകൊണ്ട് അവർ ഇങ്ങനെ വരം നൽകി. 'ജലത്തിൽ വച്ചൊഴികെ മറ്റെവിടെവച്ചുവേണമെങ്കിലും ഞങ്ങളെ വധിച്ചുകൊള്ളുക.' ജലമില്ലാത്തിടം ഇല്ലാത്തതിനാൽ തങ്ങൾ അവധ്യരായി തുടരുമെന്നവർ വിശ്വസിച്ചു.

മഹാവിഷ്ണു തന്റെ തുടകളെ അതിവിസ്തൃതമാക്കി ജലോപരിതലത്തിൽ ഉയർത്തിനിർത്തി. ആയിരം യോജന വിസ്തൃതിയുള്ള ഭൂമിയുടെ പ്രതീതി അവിടെ സൃഷ്ടിച്ച മഹാവിഷ്ണു മധുകൈടഭന്മാരെ വധിച്ചു. ഇരുവരുടെയും മേദസ് സമുദ്രത്തിൽ വീണറഞ്ഞ് പിന്നീട് ഭൂമിയായി മാറി. ഭൂമിക്ക് മേദിനി എന്ന പേരുവരാൻ കാരണം ഇതാണ്.

ബ്രഹ്മകമലത്തിന് മിഴിവേകുവാനായി സൃഷ്ടിക്കപ്പെട്ട ജലബിന്ദുക്കൾ ഇന്ന് ചിന്താമണികളായി ഭൂമിയിൽ പരിലസിക്കുന്നു.

●

നർമ്മദയുടെ പ്രണയം

പുണ്യനദികളാൽ ആർദ്രമായ ഭാരതഭൂമിയിൽ നദികൾക്ക് ദേവിമാരുടെ പദവി കിട്ടിയതിൽ അസ്വാഭാവികമായൊന്നുമില്ല. ഗംഗ മഹാഭാരതകഥയിൽ നിറഞ്ഞു നിൽക്കുന്നു. പ്രണയവല്ലികൾ പൂക്കുന്ന യമുനാതീരം ഭാരതീയമനസ്സുകളെ സുഗന്ധിതമാക്കുന്നു. ഭാരതീയ കവികൾ യമുനയുടെ ഓളങ്ങളെ പ്രണയവീചികളായി കാണുന്നു. പുണ്യനദിയായ നർമ്മദയും പുരാണ പ്രസിദ്ധയാണ്. ശൃംഗാര-വീര-രൗദ്ര രസ പ്രധാനങ്ങളായ നിരവധി കഥകൾ നർമ്മദയുമായി ബന്ധപ്പെട്ടിട്ടുണ്ട്.

സൂര്യപുത്രിയായ നർമ്മദയുടെ ആദ്യനാമം തപതി എന്നായിരുന്നു. സ്വന്തം തേജസ്സുകൊണ്ട് ഭൂമിയെ തപിപ്പിക്കുന്ന സൂര്യന്റെ മകളായതുകൊണ്ടാണ് അവൾക്ക് തപതി എന്ന പേര് കൈവന്നത്. സൂര്യശോഭ പകർന്നുകിട്ടിയ തപതി അതിസുന്ദരിയായിരുന്നു. ഒരിക്കൽ അവൾ വൈഭ്രാജം എന്ന മഹാവനത്തിനുള്ളിൽ ഒരു താമര പൊയ്കയിൽ അപ്സര സ്ത്രീകളോടൊപ്പം വിഹരിക്കുകയായിരിന്നു. ചെന്താമരകളും കൽഹാരപുഷ്പങ്ങളും വിരിഞ്ഞുനിന്ന ആ പ്രദേശം അതിമനോഹരമായിരുന്നു. സുന്ദരമായ ഈ സ്ഥലത്ത് കുറെ ഗന്ധർവന്മാരുമെത്തിയിരുന്നു. പെട്ടെന്ന് അവിടെ അശ്വാരൂഢനായ ഒരു രാജകുമാരൻ പ്രത്യക്ഷപ്പെട്ടു. അതിസുന്ദരനായ അയാളെ കണ്ട മാത്രയിൽ തപതിക്ക് അയാളോട് ഒരു പ്രത്യേക താല്പര്യം തോന്നി. ഏറെ നേരം ഇമവെട്ടാതെ പരസ്പരം നോക്കിനിന്ന അവരെ കണ്ടാൽ അനുരാഗബദ്ധരാണെന്ന് ആർക്കും മനസ്സിലാകുമായിരുന്നു. സ്നേഹഭാവംകൊണ്ട് പരിസരബോധം നഷ്ടപ്പെട്ടിരുന്ന രാജകുമാരൻ കുതിരപ്പുറത്തുനിന്നും താഴെ വീണു. താമരപൊയ്കയിൽ കുളിക്കാൻ വന്ന കുറെ ഗന്ധർവന്മാർ ഓടിവന്ന് രാജകുമാരനെ ശുശ്രൂഷിച്ചു.

അവരിലൂടെ തപതിയും അപ്സരസ്സുകളും രാജകുമാരനെക്കുറിച്ചുള്ള കുറെ കാര്യങ്ങൾ മനസ്സിലാക്കി.

കുതിരപ്പുറത്തുനിന്നും വീണ രാജകുമാരൻ പ്രതിഷ്ഠാനഗരത്തിലെ ഋക്ഷൻ എന്ന രാജാവിന്റെ പുത്രനായ സംവരണനായിരുന്നു. മഹർഷി വസിഷ്ഠന്റെ ശിക്ഷണത്തിൽ വളർന്ന ഇദ്ദേഹം ധർമ്മിഷ്ഠനും ഈശ്വരഭക്തനുമായിരുന്നു. പ്രഗത്ഭനായ സംവരണന് രാജാവ് രാജ്യഭാരം ഏല്പിച്ചുകൊടുത്തു. ഒരു ദിവസം രാജ്യകാര്യങ്ങളെല്ലാം വസിഷ്ഠനെ ഏല്പിച്ചിട്ട് സംവരണൻ തപസ്സുചെയ്യുവാനായി ഏകനായി വനത്തിലേക്ക് പുറപ്പെട്ടു. അശ്വാരൂഢനായ രാജാവിനെ ഒരു മൃഗം ഏറെ ആകർഷിച്ചു. അതിനെ പിൻതുടർന്ന കുമാരൻ വൈഭ്രാജം എന്ന സുന്ദരമായ വനഭൂമിയിലെത്തി. തപസ്സുചെയ്യാൻ വന്ന കുമാരന്റെ മനസ്സ് തപതിയുടെ ജ്വലിക്കുന്ന സൗന്ദര്യത്തിന്റെ മുമ്പാകെ ഇടറിവീണു. സ്വബോധം വീണ്ടെടുത്ത രാജകുമാരൻ സ്വന്തം രാജ്യത്ത് മടങ്ങിയെത്തി. അയാൾ ആകെ അസ്വസ്ഥനായിരുന്നു. രാജ്യകാര്യങ്ങളിലൊന്നും തല്പരനാകാതെ ഏകാന്തചിന്തയിൽ മുഴുകിയിരുന്ന സംവരണന്റെ ഭാവമാറ്റം വസിഷ്ഠന്റെ കണ്ണിൽപ്പെട്ടു. ഏറെ പരിശ്രമിച്ച് അദ്ദേഹം കാര്യങ്ങളൊക്കെ വിശദമായി മനസ്സിലാക്കി. സൂര്യപുത്രിയെ പ്രണയിക്കുന്ന സംവരണനുവേണ്ടി വസിഷ്ഠൻ ഇറങ്ങിത്തിരിച്ചു. യോഗശക്തിയാൽ അന്തരീക്ഷത്തിൽ ഉയർന്ന അദ്ദേഹം സൂര്യദേവനെക്കണ്ട് കാര്യങ്ങൾ അറിയിച്ചു. ചന്ദ്രവംശരാജകുമാരനും പ്രഗത്ഭനുമായ സംവരണന് തന്റെ മകളെ വിവാഹം കഴിച്ചുകൊടുക്കുന്നതിൽ സൂര്യദേവന് സന്തോഷമേയുള്ളുവെന്ന് വസിഷ്ഠന് ബോദ്ധ്യപ്പെട്ടു. വിവാഹത്തിന്റെ കാർമ്മികനായി സൂര്യദേവൻ വസിഷ്ഠനെ ചുമതലപ്പെടുത്തി. പ്രതിഷ്ഠാനഗരത്തിൽ വച്ച് ഇരുവരുടേയും വിവാഹം മംഗളകരമായി നടന്നു. ഇവർക്ക് ജനിച്ച പുത്രൻ പിന്നീട് കുരു ചക്രവർത്തി എന്ന പേരിൽ പ്രസിദ്ധനായി.

സൂര്യൻ തപതിയെ അനുഗ്രഹിച്ചു. വിന്ധ്യനിൽ നിന്ന് പടിഞ്ഞാറോട്ട് നർമ്മദ എന്ന പേരിൽ ഒരു പുണ്യനദിയായി ഒഴുകുവാൻ കഴിയട്ടെയെന്ന് അവൾക്ക് വരം ലഭിച്ചു. അങ്ങനെ തപതീദേവി പുണ്യനദിയായ നർമ്മദയായി മാറി.

●

നർമ്മദയുടെ പുണ്യം

ഗംഗയിൽ മുങ്ങിക്കുളിച്ചാൽ പാപമുക്തിയുണ്ടാകുമെന്നാണ് വിശ്വാസം അതുപോലെ നർമ്മദയിലെ ഒരു തുള്ളി ജലത്തിന്റെ സ്പർശംകൊണ്ട് മോക്ഷപ്രാപ്തിയുണ്ടാകുമെന്ന് പറയുന്നു.

പ്രമോദിനി എന്ന സുന്ദരിയായ ഗന്ധർവ്വ കന്യക നാല് സഖിമാരോടൊത്ത് വനമദ്ധ്യത്തിലുള്ള ആച്ഛോദനമെന്ന പുണ്യ സരസ്സിലിറങ്ങിക്കുളിച്ചു. കുളികഴിഞ്ഞ് അവർ ദേവീപൂജനടത്തി. ഇതിനിടയിൽ വേദനിധി മഹർഷിയുടെ സുന്ദരനായ കുമാരൻ ആ സരസ്സിൽ സ്നാനത്തിനായെത്തി. കാമദേവനേക്കാൾ സുന്ദരനാണീകുമാരനെന്ന് ഗന്ധർവകുമാരിമാർ വിലയിരുത്തി. ദേവീപൂജയും പ്രാർത്ഥനയുമൊക്കെ നിർത്തിവച്ച ഗന്ധർവ്വകുമാരിമാർ മുനികുമാരന് ചുറ്റുംകൂടി. കാമപങ്കിലമായ മനസ്സുള്ളവരാണവരെന്ന് ബോദ്ധ്യപ്പെട്ട മുനികുമാരൻ ഒരു വിധത്തിൽ അവിടെ നിന്നും ഓടി രക്ഷപ്പെട്ടു. യുവതികൾ വിരഹാർത്തരായി. അവർ സാധാരണ ചിന്തകളും ചര്യകളുമൊക്കെ മറന്നു.

പിറ്റേന്ന് അതേ സമയത്ത് അഞ്ച് സുന്ദരിമാരും കൂടി ആച്ഛോദന സരസ്സിനരികിലെത്തി. മുനികുമാരന്റെ വരവിനായി അക്ഷമയോടെ കാത്തിരുന്ന പ്രമോദിനിയും സഖിമാരും അയാളെ വളഞ്ഞ് ശൃംഗാര ചേഷ്ടകൾ കാട്ടി. സുന്ദരനായ കുമാരന്റെ സംയമനം അവർക്ക് ഉൾക്കൊള്ളുവാനായില്ല. എല്ലാവിധ സങ്കോചങ്ങളും മറന്ന് അവർ അയാളെ കടന്നുപിടിച്ചു. ഗത്യന്തരമില്ലാതെ മുനികുമാരൻ അവരെ ശപിച്ച് പിശാചിനികളാക്കിമാറ്റി. തങ്ങളുടെ സൗന്ദര്യത്തെയും യൗവനത്തെയും മനസ്സിനെയും അവഗണിക്കുകയും അവഹേളിക്കുകയും ചെയ്തു എന്ന പേരിൽ ഗന്ധർവ സ്ത്രീകൾ മുനികുമാരനെയും ശപിച്ച് പിശാചാക്കി.

ശാപഗ്രസ്തരായ പിശാചും പിശാചിനികളും ഏറെനാൾ അവിടെ അലഞ്ഞുതിരിഞ്ഞുനടന്നു. ഒരു ദിവസം ലോമശൻ എന്ന മുനി അവരെ ക്കണ്ടു. പിശാചുക്കൾ തേജസ്വിയായ ലോമശനെക്കണ്ടുവണങ്ങി. പിശാചിന്റെയും പിശാചിനികളുടേയും കഥകേട്ട് അദ്ദേഹത്തിന്റെ മനസ്സലിഞ്ഞു. തന്നോടൊപ്പം നർമ്മദാതീരത്തെത്താൻ മഹർഷി അവരോട് ആവശ്യപ്പെട്ടു. ആറുപേരും നർമ്മദാതീരത്തണഞ്ഞപ്പോൾ ഒരു കാറ്റ് വീശി. അതിന്റെ ഫലമായി നർമ്മദയിൽ നിന്നും ഏതാനും ജലബിന്ദുക്കൾ അവരുടെ ദേഹത്തു പതിച്ചു. ഉടൻതന്നെ പിശാചു ക്കൾക്കെല്ലാം സുന്ദരമായ പൂർവരൂപം തിരിച്ചു കിട്ടി. ഈ ഗന്ധർവ കുമാരിമാരെ വിവാഹം കഴിക്കുന്നതിൽ തെറ്റില്ലെന്ന് ലോമശൻ മുനി കുമാരനോട് പറഞ്ഞു. ലോമശന്റെ ആശിർവാദത്തോടെ മുനികുമാരൻ പ്രമോദിനിയെയും മറ്റ് നാല് ഗന്ധർവ കുമാരിമാരെയും വിവാഹം കഴിച്ചു.

ലോമശൻ കാട്ടിക്കൊടുത്ത പുണ്യനദിയായ നർമ്മദയെ വിട്ടു പിരിയുവാൻ അവർ തയ്യാറായിരുന്നില്ല. തങ്ങൾക്ക് പുതുജീവിതം നല്കിയ പുണ്യനദിയായ നർമ്മദയുടെ തീരത്ത് ജീവിതാന്ത്യം വരെ കഴിയുവാൻ മുനികുമാരനും പത്നിമാരും തീരുമാനിച്ചു. നർമ്മദയെ അവർ ദേവിയായിക്കണ്ട് ഉപാസിച്ചു പോന്നു.

●

രത്നശോഭ

വെട്ടിത്തിളങ്ങുന്ന രത്നത്തിന്റെ ശോഭ കണ്ട് അത്ഭുതാദരങ്ങളോടെ അതിനെ നമിക്കുന്നവരുണ്ട്. എന്നാൽ വാനരന് രത്നം കിട്ടിയാലും അവൻ അത് തട്ടിക്കളിക്കാനായിരിക്കും ഉപയോഗിക്കുക. സമൂഹത്തിൽ തേജസ്സാർന്ന വ്യക്തിത്വത്തിനുടമയായുള്ള ആളുകളെ ആദരിക്കുന്നവരുണ്ട്. അത്തരം ആളുകളെ തട്ടിത്തെറിപ്പിച്ച് കളിച്ചാനന്ദിക്കുന്ന വാനരപ്രകൃതമുള്ളവരും ഇവിടെയുണ്ട്. സ്യമന്തകരത്നത്തിന്റെ കഥ മനുഷ്യന്റെ ഇത്തരം പ്രവണതകളിലേക്ക് വിരൽചൂണ്ടുന്നു.

തന്റെ ഉത്തമസുഹൃത്തായ സത്രാജിത്തിന് സൂര്യദേവൻ സ്യമന്തകം എന്നു പേരായ ഒരുവിശിഷ്ട രത്നം സ്നേഹോപഹാരമായി സമർപ്പിച്ചു. ഈ രത്നത്തെ വിധിയാംവണ്ണം പൂജിച്ചാൽ അതിൽ നിന്നും നിത്യേന സ്വർണ്ണം ലഭിക്കുമായിരുന്നു. അത് കഴുത്തിൽ അണിഞ്ഞിരുന്നാൽ ചുറ്റും ഐശ്വര്യം കളിയാടും. ഈ രത്നം ധരിച്ചുകൊണ്ട് സത്രാജിത്ത് ആകാശത്തിലൂടെ സഞ്ചരിച്ചപ്പോൾ അത് വിഷ്ണുദേവനാണെന്ന് പലരും ശങ്കിച്ചു. ഈ വിശിഷ്ട രത്നത്തിൽ ശ്രീകൃഷ്ണന് ആകർഷണം തോന്നി. രാജ്യത്തെ വിശിഷ്ട വസ്തുക്കൾ രാജാവിന് അവകാശപ്പെട്ടതാണെന്ന് ഒരു ധാരണ നിലനിന്നിരുന്നു. മതിയായ പ്രതിഫലം പറ്റിക്കൊണ്ട് സ്യമന്തക രത്നം തനിക്ക് കൈമാറണമെന്ന് ശ്രീകൃഷണൻ ഒരിക്കൽ സത്രാജിത്തിനോട് അഭ്യർത്ഥിച്ചു. പക്ഷേ, സൂര്യദേവന്റെ സ്നേഹോപഹാരം വേണ്ടെന്നു വയ്ക്കാൻ സത്രാജിത്തിന് കഴിഞ്ഞില്ല.

സത്രാജിത്തിന്റെ സഹോദരനായ പ്രസേനൻ ഒരിക്കൽ സ്യമന്തകവും ധരിച്ചുകൊണ്ട് നായാട്ടിന് പോയി. നായാട്ടിനിടയിൽ ഒരു സിംഹം പ്രസേനനെ ആക്രമിച്ച് കൊലപ്പെടുത്തി. രത്നത്തിന്റെ

തിളക്കത്തിൽ ആകൃഷ്ടനായ സിംഹം അതിനെ കടിച്ചെടുത്തുകൊണ്ട് നടന്നു. ബ്രഹ്മപുത്രനും വാനരനുമായ ജാംബവാൻ ഈ ദൃശ്യം കണ്ടു. സിംഹത്തെ വധിച്ച ജാംബവാൻ സ്യമന്തകം കൈക്കലാക്കി. തിളങ്ങുന്ന രത്നവുമായി ഗുഹയിലെത്തിയ ജാംബവാനെ കുട്ടികൾ വളഞ്ഞു. അവരുടെ ആവശ്യപ്രകാരം ജാംബവാൻ സ്യമന്തകമെടുത്ത് അവർക്ക് കളിക്കുവാനായി കൊടുത്തു.

വേട്ടക്കുപോയ പ്രസേനൻ കൊല്ലപ്പെട്ടു. സ്യമന്തകരത്നം കാണാതായി. ഭൂരിപക്ഷം പ്രജകളും സ്യമന്തകം മണി തട്ടിയെടുക്കുവാനായി ശ്രീകൃഷ്ണൻ പ്രസേനനെ കൊന്നതാണെന്ന് വിശ്വസിച്ചു. ശ്രീകൃഷ്ണനെതിരായി അപവാദം പ്രചരിപ്പിക്കുന്നതിൽ പ്രജകളിൽ പലരും പരസ്പരം മത്സരിച്ചു. കടുത്ത അപവാദപ്രചരണം കാരണം ശ്രീകൃഷ്ണൻ ഏറെ വിഷമിച്ചു. യഥാർത്ഥ വസ്തുത ജനങ്ങളെ ബോദ്ധ്യപ്പെടുത്തുവാനായി അദ്ദേഹം ഇറങ്ങിത്തിരിച്ചു.

പ്രസേനന്റെ ശരീരത്തിനായി വനത്തിലെമ്പാടും തിരഞ്ഞ ശ്രീകൃഷ്ണൻ അവസാനം ജാംബവാന്റെ വസതിക്ക് മുമ്പിലെത്തി. വാനരബാലന്മാർ സ്യമന്തകം കൊണ്ട് കളിക്കുന്നത് ശ്രീകൃഷ്ണൻ കണ്ടു. അത് കൈവശപ്പെടുത്താൻ ശ്രമിച്ച ശ്രീകൃഷ്ണന് ജാംബവാനുമായി യുദ്ധം ചെയ്യേണ്ടിവന്നു. നീണ്ട ഏറ്റുമുട്ടലിന് ശേഷം കൃഷ്ണൻ ജാംബവാനെ കീഴ്പ്പെടുത്തി. ജാംബവാനുമായുള്ള സന്ധിപ്രകാരം അദ്ദേഹത്തിന്റെ പുത്രിയായ ജാംബവതിയെ ശ്രീകൃഷ്ണൻ വിവാഹം കഴിച്ചു. സ്യമന്തകരത്നം സത്രാജിത്തിനെ ഏല്പിച്ച ശ്രീകൃഷ്ണൻ തന്റെ നിഷ്കളങ്കത ബോദ്ധ്യപ്പെടുത്തി.

അപവാദത്തിൽപ്പെട്ടുപോയ ശ്രീകൃഷ്ണഭഗവാന് തന്റെ നിഷ്കളങ്കത തെളിയിക്കുവാൻ ഏറെ കഷ്ടപ്പെടേണ്ടി വന്നു. മറ്റുള്ളവരെപ്പറ്റി, വിശേഷിച്ചും ഉന്നതസ്ഥാനത്തുള്ളവരെപ്പറ്റി അപവാദം പരത്തുകയെന്നത് ഇന്നും നിലനില്ക്കുന്ന ഒരു ദുഷ്പ്രവണതയാണ്. എന്തും സഹിക്കുന്ന ശ്രീകൃഷ്ണനുപോലും ഇത്തരം അപവാദങ്ങൾ സഹിക്കാനായില്ല. സാധാരണക്കാരന്റെ സ്ഥിതിയെപ്പറ്റി വിശേഷിച്ച് പറയേണ്ടതില്ലല്ലോ? എന്നാൽ അപവാദത്തിന്റെ കാർമേഘങ്ങളെ അകറ്റിക്കഴിയുമ്പോൾ യഥാർത്ഥ വ്യക്തിത്വം ഉജ്ജ്വലമായി ജ്വലിക്കുകതന്നെ ചെയ്യും.

●

മൗരവപാശങ്ങൾ

കശ്യപ പ്രജാപതിക്ക് ദനു എന്ന ഭാര്യയിൽ ജനിച്ച പുത്രന്മാർ ദാനവർ എന്ന് അറിയപ്പെടുന്നു. അവരിൽ പ്രധാനിയായ ഒരാളായിരുന്നു മുരൻ. ദേവന്മാരാൽ തങ്ങൾക്കുണ്ടായിട്ടുള്ള നാശനഷ്ടങ്ങൾ വിലയിരുത്തിയ മുരാസുരൻ ദേവന്മാരോട് പ്രതികാരം ചെയ്യണമെന്നുറച്ചു. അയാൾ ശക്തി സംഭരിക്കുവാനായി ബ്രഹ്മാവിനെ തപസ്സു ചെയ്തു. ഘോര തപസ്സിനവസാനം ബ്രഹ്മാവ് പ്രത്യക്ഷപ്പെട്ട് അസുരന് വരം നല്കി. വധിക്കണമെന്ന ഉദ്ദേശ്യത്തോടുകൂടി ഒരാളെ ഞാൻ സ്പർശിച്ചാൽ അയാൾ മരിക്കണമെന്നതായിരുന്നു മുരൻ ആവശ്യപ്പെട്ട വരം.

മുരാസുരൻ നരകാസുരന്റെ സുഹൃത്തും സഹായിയുമായിരുന്നു. നരകാസുരന്റെ തലസ്ഥാനമായ പ്രാഗ്ജ്യോതിഷത്തിന്റെ സുരക്ഷാചുമതല മുരാസുരൻ ഏറ്റെടുത്തു. അതിർത്തിയിൽ ആറായിരം കയറുകൾ ചേർത്ത് അയാൾ ഒരു കോട്ടനിർമ്മിച്ചു. മൗരവപാശങ്ങൾ എന്നറിയപ്പെട്ടിരുന്ന ഈ കോട്ട ഭേദിക്കുവാൻ ആരും തയ്യാറായിരുന്നില്ല. ശത്രുക്കളാരും എത്താതെയായപ്പോൾ മുരാസുരൻ ശത്രുക്കളെത്തേടിയിറങ്ങി. മഹാമേരു പർവ്വതത്തിലെത്തിയ മുരാസുരൻ ദേവ, യക്ഷ, കിന്നരന്മാന്മരെ പോരിന് വിളിച്ചു. പക്ഷേ, മുരാസുരന്റെ വരബലത്തെപ്പറ്റി അറിയാവുന്നതുകൊണ്ട് അവരാരും ഒരു യുദ്ധത്തിന് തയ്യാറായില്ല. നിരാശനായ മുരാസുരൻ ദേവേന്ദ്രനെ പോരിന് വിളിച്ചു. ദേവരാജൻ യുദ്ധത്തിന് തയ്യാറായില്ല. 'ഒന്നുകിൽ യുദ്ധം ചെയ്യുക, അല്ലെങ്കിൽ സ്വർഗ്ഗം വിട്ട് ദൂരെ പൊയ്ക്കൊള്ളുക' എന്ന മുരാസുരന്റെ ആജ്ഞകേട്ട ഇന്ദ്രൻ സ്വർഗ്ഗം ഉപേക്ഷിച്ച് ഭൂമിയിലേക്ക് പോയി. അദ്ദേഹത്തിന്റെ ഐരാവതവും വജ്രായുധവുമൊക്കെ മുരന്റെ അധീനതയിലായി. മയൻ, താരൻ തുടങ്ങിയ ദാനവൻമ്മാരുടെ പിന്തുണയോടെ മുരാസുരൻ ദേവലോക ചക്രവർത്തിയായി കഴിഞ്ഞു.

എല്ലാ ഐശ്വര്യങ്ങളും കൈ വന്നിട്ടും മുരൻ തൃപ്തനായില്ല. ശക്തരായ എതിരാളികൾ ഇല്ലാത്തതുമൂലം യുദ്ധം ചെയ്യാൻ

കഴിയുന്നില്ലയെന്നതായിരുന്ന മുഖ്യപ്രശ്നം. ശാന്തിയിൽ അയാൾക്ക് മടുപ്പ് തോന്നി. യുദ്ധത്തിനുള്ള അവസരം തേടിയിറങ്ങിയ മുരൻ ഭൂമിയിൽ സരയൂ നദീതീരത്തെത്തി. അവിടെ സൂര്യവംശരാജാവായ രഘു ഒരു യാഗം ചെയ്യുകയായിരുന്നു. യാഗത്തിലൂടെ രഘു ദേവതകളെ ഭജിക്കുന്നത് മുരന് തീരെ ഇഷ്ടമായില്ല. അയാൾ പറഞ്ഞു: 'എന്നോട് യുദ്ധം ചെയ്യുക, അല്ലെങ്കിൽ യാഗം മതിയാക്കുക.' അപ്പോൾ രഘുവിന്റെ ഗുരുവായ വസിഷ്ഠ മഹർഷി പറഞ്ഞു.: 'മഹാ യോദ്ധാവായ താങ്കൾക്ക് നിസ്സാരനായ മനുഷ്യനെ നിഷ്പ്രയാസം തോല്പിക്കാനാകും. സുനിശ്ചിതമായ വിജയത്തിനായി ലളിതമായ പോരാട്ടം നടത്തുന്നതിനേക്കാൾ മരണദേവനായ യമനോട് പോരാടുന്നതാണ് അഭികാമ്യം. ഉജ്ജ്വലമായ പോരാട്ടത്തിലൂടെ നേടുന്ന വിജയം താങ്കൾക്ക് അനശ്വരമായ ഖ്യാതി നേടിത്തരും.' മുരൻ യമനെ നേരിടുവാനായി പുറപ്പെട്ടു.

മുരാസുരൻ യുദ്ധത്തിന് വരുമെന്നറിഞ്ഞ് യമരാജൻ വിഷ്ണുവിനെ ശരണം പ്രാപിച്ചു. യമനെ സാന്ത്വനിപ്പിച്ചുകൊണ്ട് 'അവനെ ഇവിടേക്ക് പറഞ്ഞയക്കുക' എന്ന് അരുളിചെയ്തു. ഇതിനോടകം മുരാസുരൻ നരകത്തിൽ എത്തിക്കഴിഞ്ഞു. യമൻ ഓടിച്ചെന്ന് അയാളെ സ്വീകരിച്ചു. 'താങ്കളുടെ സന്തോഷത്തിനായി ഞാൻ എന്താണ് ചെയ്യേണ്ടത്?' യമൻ ചോദിച്ചു.

'ജീവസംഹാരം ചെയ്തുകൊണ്ടിരിക്കുന്ന നിങ്ങൾ ഉടനടി അത് നിർത്തണം. അല്ലെങ്കിൽ നിങ്ങളെത്തന്നെ എനിക്ക് സംഹരിക്കേണ്ടി വരും' മുരാസുരൻ പറഞ്ഞു. താങ്കൾ പറയുന്നത് അക്ഷരംപ്രതി അനുസരിക്കാൻ എനിക്ക് താല്പര്യമുണ്ട്. പക്ഷേ, സ്വന്തം ഇഷ്ടപ്രകാരം ഒന്നും ചെയ്യുവാൻ എനിക്ക് സ്വാതന്ത്ര്യമില്ല. 'ആരാണ് താങ്കളുടെ മേലധികാരി? അയാളെ ഞാൻ കണ്ടു കൊള്ളാം.' എന്ന് മുരൻ പറഞ്ഞു. അയാൾ വിഷ്ണുവിനെ നേരിടുവാനായി പുറപ്പെട്ടു. പക്ഷേ, നരകാസുരന്റെ തലസ്ഥാനമായ പ്രാഗ്ജ്യോതിഷത്തെ ശ്രീകൃഷ്ണൻ ആക്രമിക്കുന്നുവെന്ന വാർത്ത അറിഞ്ഞതിനെ തുടർന്ന് മുരാസുരൻ പ്രാഗ്ജ്യോതിഷത്തിലേക്ക് തിരിച്ചു. ശ്രീകൃഷ്ണൻ മൗരവപാശങ്ങളെയൊക്കെ അറുത്തുനീക്കി. തുടർന്നു നടന്ന ഘോരയുദ്ധത്തിൽ ശ്രീകൃഷ്ണൻ തന്റെ ചക്രായുധം കൊണ്ട് നരകാസുരനെയും മുരാസുരനെയും വധിച്ചു. അന്നു മുതൽ മുരമഥനൻ, മുരാരി എന്നീ വിശേഷണങ്ങൾ കൂടി ശ്രീകൃഷ്ണന് ലഭിച്ചു.

പല മനുഷ്യരും മൗരവപാശങ്ങൾ തീർത്തുവയ്ക്കുന്നു. അഹങ്കാരത്തിന്റേതായ മൗരവപാശങ്ങൾ ഏതുനിമിഷവും അറുത്തെറിയപ്പെടാമെന്നവർ ചിന്തിക്കുന്നില്ല.

●

ഭോഗവും ത്യാഗവും

വിദർഭരാജാവ് സന്താനലാഭത്തിനു വേണ്ടി തപസ്സ് ചെയ്യുകയായിരുന്നു. രാജാവിനുവേണ്ടി അഗസ്ത്യമുനി തന്റെ തപോബലംകൊണ്ട് അതിസുന്ദരിയായ ഒരു പെൺകുട്ടിയെ സൃഷ്ടിച്ചു നല്കി. ലോപമുദ്ര എന്നായിരുന്നു അവളുടെ പേര്. രാജാവ് അവളെ ഓമനിച്ചു വളർത്തി. അഗസ്ത്യൻ തപസ്സിൽ മുഴുകിക്കഴിഞ്ഞു. കുറെക്കാലം കഴിഞ്ഞപ്പോൾ അഗസ്ത്യന് വിവാഹം കഴിക്കണമെന്ന് തോന്നി. പിതൃക്കൾ മോക്ഷം കിട്ടാതെ അലയുന്നതായും തനിക്ക് കുട്ടികൾ ഉണ്ടായാൽ മാത്രമെ അവർക്ക് മോക്ഷം കിട്ടുകയുള്ളുവെന്നും അഗസ്ത്യന് വെളിപാടുണ്ടായി. ഒരു വിവാഹം കഴിക്കാൻ തീരുമാനിച്ച അഗ്സ്ത്യമുനി വിദർഭരാജാവിനെക്കണ്ട് ലോപമുദ്രയെ തനിക്ക് വിവാഹം കഴിച്ചുതരണമെന്ന് പറഞ്ഞു. യൗവനയുക്തയും അതിസുന്ദരിയും അഗ്നിവർണ്ണയുമായ തന്റെ പുത്രിയെ വിരൂപനും വൃദ്ധനും നിർദ്ധനനുമായ അഗസ്ത്യന് വിവാഹം കഴിച്ചുകൊടുക്കുവാൻ വിദർഭരാജന് തീരെ ഇഷ്ടമായിരുന്നില്ല. വിവാഹത്തിന് എതിരുനിന്നാൽ അഗസ്ത്യമുനിയുടെ കോപത്തിന് ഇരയാകുമെന്ന് അദ്ദേഹത്തിന് അറിയാമായിരുന്നു. എങ്കിലും പുത്രിയുടെ താല്പര്യത്തിന് മുൻതൂക്കം നല്കുവാൻ അദ്ദേഹം തീരുമാനിച്ചു. ഈ വിവാഹത്തിന് താൻ തയ്യാറാണെന്ന് ലോപമുദ്ര പിതാവിനെ അറിയിച്ചു. അഗസ്ത്യനെ വിവാഹം കഴിച്ചാൽ ഇതുവരെയുള്ള സുഖകരമായ ജീവിതത്തിന് അറുതിവരുമെന്നും കനകാഭരണങ്ങളും പട്ടുവസ്ത്രങ്ങളുമെന്നും ധരിക്കാൻ കഴിയില്ലെന്നും വിദർഭരാജൻ ലോപമുദ്രയെ ഓർമ്മിപ്പിച്ചു. എല്ലാസുഖഭോഗങ്ങളും ത്യജിക്കാൻ ലോപമുദ്ര തയ്യാറാണെന്നറിയിച്ചതിനെതുടർന്ന് രാജാവ് അവരുടെ വിവാഹം നടത്തി.

അഗസ്ത്യനെ വിവാഹം കഴിച്ച് അധികം കഴിയും മുമ്പ് ലോപമുദ്രയ്ക്ക് കനകാഭരണങ്ങളോടും മറ്റും ആഭിമുഖ്യം തോന്നി. തനിക്കൊരു

സന്തതിയുണ്ടായാൽ മാത്രമേ പിതൃക്കൾക്ക് സ്വർഗ്ഗപ്രവേശനം സാദ്ധ്യമാകുകയുള്ളുവെന്ന അറിവ് അഗസ്ത്യനെ ഏറെ അസ്വസ്ഥ നാക്കിക്കൊണ്ടിരുന്നു. ഒരു സന്തതി പിറക്കുംമുമ്പ് ധാരാളം കനകാ ഭരണങ്ങളും ധനവും സമ്പാദിക്കണമെന്ന് ലോപമുദ്ര വാശിപിടിച്ചു. ഗത്യന്തരമില്ലാതെ അഗസ്ത്യൻ പണം സമ്പാദിക്കാനായി ഇറങ്ങി ത്തിരിച്ചു. ശ്രുതപർവ്വൻ, ത്രസദസ്യു തുടങ്ങിയ രാജാക്കന്മാരെ കണ്ട് അഗസ്ത്യൻ കുറെ ധനം ദാനമായി ചോദിച്ചു. വരവുചെലവുകണക്കുകൾ കാണിച്ച് തങ്ങൾക്ക് മിച്ചമൊന്നുമില്ല എന്നും ദാനം ചെയ്യാൻ കഴിയു ന്നില്ല എന്നും അവർ അറിയിച്ചു. പിന്നീട് അഗസ്ത്യൻ ഇല്വലൻ എന്ന അസുരരാജാവിനെ സമീപിച്ചു. ധനികനായ ഇല്വലന് ഋഷിമാരെയും ബ്രാഹ്മണരെയും ഇഷ്ടമായിരുന്നില്ല. ഒരിക്കൽ ഇല്വലൻ ഒരു ശ്രേഷ്ഠ ബ്രാഹ്മണനോട് ഇന്ദ്രതുല്യനായ ഒരു പുത്രനെ ലഭിക്കുവാൻ അനുഗ്ര ഹിക്കണമെന്ന് പറഞ്ഞു. ബ്രാഹ്മണൻ അതിന് തയ്യാറായില്ല. അന്നു മുതൽ ഇല്വലനും അനുജൻ വാതാപിയും ബ്രാഹ്മണവിരോധികളായി. ബ്രാഹ്മണരെ അപമാനിക്കുന്നത് അവരുടെ വിനോദമായി തീർന്നു. ബ്രാഹ്മണരെ അപമാനിച്ച് കൊല്ലുവാൻ ഇല്വലനും വാതാപിയും ചേർന്ന് ഒരു പദ്ധതി തയ്യാറാക്കി. ഇല്വലൻ മായാവിദ്യകൊണ്ട് വാതാപിക്ക് ഒരാടിന്റെ രൂപം നല്കി. ഇല്വലനെ കാണാൻ എത്തുന്ന ബ്രാഹ്മണനെ അയാൾ അതിവിനയത്തോടെ സ്വീകരിച്ച് വിഭവ സമൃ ദ്ധമായ സദ്യനല്കും. സദ്യക്കിടയിൽ ബ്രാഹ്മണർക്ക് നിഷിദ്ധമായ അജമാംസം ഭക്ഷിക്കുവാൻ നല്കും. മായകൊണ്ട് ആടാക്കിമാറ്റിയ വാതാപിയെ കൊന്ന് പാചകംചെയ്ത് ബ്രഹ്മണർക്ക് കൊടുക്കുക യാണ് പതിവ്. മാംസം അകത്തെത്തിക്കഴിയുമ്പോൾ ഇല്വലൻ 'വാതാപി പുറത്തുവരിക' എന്നുപറയും. ബ്രാഹ്മണന്റെ വയർപിളർന്ന് വാതാപി പുറത്തു വരും. ബ്രാഹ്മണൻ വധിക്കപ്പെടും.

അഗസ്ത്യമുനിയെ സ്വീകരിച്ചിരുത്തിയ ഇല്വലൻ വാതാപി യെകൊന്ന് മാംസം പാചകംചെയ്യിച്ച് അദ്ദേഹത്തിന് കൊടുത്തു. ഭക്ഷണപ്രിയനായ അഗസ്ത്യൻ ആഹാരം ശരിക്ക് കഴിച്ചു. ഇല്വലൻ പതിവുപോലെ വാതാപിയോട് പുറത്തുവരാൻ പറഞ്ഞു. പക്ഷേ, അഗസ്ത്യൻ മന്ത്രശക്തികൊണ്ട് അവനെ ദഹിപ്പിച്ചു കളഞ്ഞു. ഇല്വലൻ ആകെ പരിഭ്രമിച്ചു. അയാൾ അഗസ്ത്യനോട് മാപ്പിരക്കുക യും ധാരാളം പശുക്കളും സ്വർണ്ണവും ഒക്കെ ദാനമായി നൽകുകയും ചെയ്തു. മാത്രമല്ല, നാട്ടിലെമ്പാടുമുള്ള ബ്രാഹ്മണർക്ക് ധാരാളമായി ധനം ദാനം ചെയ്തു. അഗസ്ത്യന് യാത്രചെയ്യുവാൻ ഒരു സ്വർണ്ണരഥവും രണ്ട് കുതിരകളും നൽകി.

ഏറെ ധനം സമ്പാദിച്ച് സ്വർണ്ണരഥത്തിൽ മടങ്ങിയെത്തിയ അഗസ്ത്യനെ ലോപമുദ്ര സന്തോഷത്തോടെ സ്വീകരിച്ചു. അവർക്ക് ഒരു പുത്രൻ ജനിച്ചു. ദൃഢസ്യു എന്നപേരിൽ അറിയപ്പെട്ട ഈ പുത്രൻ ആയിരം പുത്രൻമാർക്ക് സമാനനായി വളരുമെന്ന അനുഗ്രഹം ദുർവ്വാസാവിൽ നിന്നും നേടി. പിറന്നുവീണപ്പോൾ തന്നെ അവൻ വേദങ്ങൾ ഉച്ചരിച്ച് എല്ലാവരെയും അത്ഭുതപ്പെടുത്തി. അഗം അഥവാ പർവതത്തെ (വിന്ധ്യ പർവതത്തെ) തലകുനിപ്പിച്ചവനായ അഗസ്ത്യൻ ധനമില്ലാത്തതിന്റെ പേരിൽ ഭാര്യ ലോപമുദ്രയുടെ മുമ്പിൽ തലകുനിച്ചു. എന്തിനേയും നേരിടാനുള്ള ചങ്കൂറ്റവും ആത്മബലവും ഉണ്ടായിരുന്നതുകൊണ്ട് അഗസ്ത്യൻ അഗ്രഹിച്ചതൊക്കെ നേടിയെടുത്തു. എല്ലാം നേടിയതിനുശേഷം ധനമൊക്കെ ഉപേക്ഷിച്ച് തപസ്സിനു പോവുകയും ചെയ്തു. അർത്ഥത്തിന്റെ അർത്ഥവും അർത്ഥശൂന്യതയും അനുഭവിച്ചറിഞ്ഞവനായിരുന്നു അഗസ്ത്യൻ.

●

പുണ്യപ്രാപ്തിക്കായി രക്തച്ചൊരിച്ചിൽ

പാരമ്പര്യങ്ങളെയും മാമൂലുകളെയും അനുസരിക്കാത്തവൻ സമൂഹത്തിൽ ഒറ്റപ്പെടുകയാണ് പതിവ്. അർത്ഥശൂന്യങ്ങളായ മാമൂലുകളും പാരമ്പര്യങ്ങളും ഉപേക്ഷിച്ച് മുന്നോട്ടുപോകാൻ ചങ്കൂറ്റം കാണിക്കുന്നവർക്ക് ഏറെ എതിർപ്പുകൾ നേരിടേണ്ടിവരും. അതിൽ വിജയം വരിച്ചാൽ പുതിയൊരു രീതിയോ സാമൂഹ്യക്രമമോ നിലവിൽവരും.

ഈശ്വരപ്രീതിക്കുവേണ്ടി മനുഷ്യൻ സമർപ്പണഭാവത്തോടെ ചെയ്യുന്ന പുണ്യകർമ്മമാണ് യാഗങ്ങൾ. എന്നാൽ ജന്തുബലിയോടുകൂടി യാഗം അവസാനിപ്പിച്ചാൽ മാത്രമെ ഫലസിദ്ധിയുണ്ടാകുകയുള്ളുവെന്ന ഒരു വിശ്വാസം ഏറെക്കാലം ഭാരതത്തിൽ നിലനിന്നിരുന്നു. വിദർഭരാജ്യത്തിലെ സത്യൻ എന്ന മഹർഷി തികഞ്ഞ അഹിംസാവിശ്വാസി ആയിരുന്നു. ലോകനന്മക്കായി അദ്ദേഹം ഒരു യാഗം നടത്താൻ തീരുമാനിച്ചു. ബലിമൃഗമില്ലാത്ത യാഗമായിരുന്നത്. ഇത്തരം ഒരു യാഗംകൊണ്ട് പ്രയോജനമില്ലെന്നും ഇത് പൂർത്തീകരിക്കാൻ കഴിയില്ലെന്നും പലരും പറഞ്ഞു. ആളുകൾ പറയുന്നത് ശരിയാണെന്ന് മുനിപത്നിയായ പുഷ്ക്കരധാരിണിക്കും തോന്നി. പക്ഷേ, ഭർത്താവിന്റെ സ്വഭാവം അറിയാവുന്നതുകൊണ്ട് അദ്ദേഹത്തിനെതിരായി ഒന്നും പറയേണ്ട എന്നവർ തീരുമാനിച്ചു.

സത്യന്റെ സുഹൃത്തായ ഒരു മഹർഷി ഏതോ ശാപം നിമിത്തം മാനായി മാറിയിരുന്നു. സുഹൃത്ത് ജന്തുബലിയില്ലാത്ത യാഗം നടത്തുവാൻ പോകുന്നതായി അറിഞ്ഞ അയാൾ വ്യസനിച്ചു. മാനിന്റെ രൂപത്തിൽ കഴിയുന്ന സന്യാസി യാഗസ്ഥലത്തെത്തി. തന്നെ ബലി അർപ്പിച്ചാൽ സത്യന്റെ യാഗം സഫലമാകുന്നതോടൊപ്പം തനിക്ക് മാൻ വേഷം വെടിഞ്ഞ് മോക്ഷം പ്രാപിക്കാൻ

കഴിയുകയും ചെയ്യുമെന്ന് സുഹൃത്ത് പറഞ്ഞു. ജന്തുബലിയർപ്പിക്കാൻ സത്യമഹർഷിക്ക് തീരെ താല്പര്യമുണ്ടായിരുന്നില്ല. എന്നാൽ മാൻ സ്വന്തം ശാപമോക്ഷത്തിന്റെ കാര്യംപറഞ്ഞ് ഏറെ നിർബന്ധിച്ചപ്പോൾ മഹർഷി അതിനെ ബലിഅർപ്പിക്കാൻ സമ്മതിച്ചു. മൃഗബലി നടത്തിയതിനുശേഷം സത്യമഹർഷിയുടെ തപഃശക്തി ഏറെ ക്ഷയിച്ചു. ഭർത്താവിന്റെ ശക്തിക്ഷയം കണ്ട് മനസ്താപം തോന്നിയ പുഷ്ക്കരധാരിണി സത്യന്റെ ശക്തിയും പ്രതാപവും വീണ്ടെടുക്കുവാനായി തപസ്സ് ചെയ്തു. ഒടുവിൽ ഈശ്വരൻ പ്രസാദിച്ചു. 'എപ്പോഴും ധർമ്മപാലനത്തിന് ഇടയാകട്ടെ' എന്ന് സത്യനെ അനുഗ്രഹിച്ചു. ആദർശച്യുതിയുടെപേരിൽ വ്യസനിച്ചിരുന്ന സത്യൻ വീണ്ടും ധർമ്മിഷ്ഠനായി. അഹിംസയുടെ പ്രമുഖപ്രചാരകനായി അദ്ദേഹം മാറി.

●

പാഞ്ചാലിയുടെ പൂർവ ജന്മം

ദ്രുപദ മഹാരാജാവ് പുത്രിയായ കൃഷ്ണയുടെ സ്വയംവരം നടത്തിയതിന് ശേഷം ഏറെ വിഷണ്ണനായിരുന്നു. സ്വയംവരവ്യവസ്ഥ പാലിച്ച ഒരു ബ്രാഹ്മണനോടൊപ്പം അദ്ദേഹത്തിന് പുത്രിയെ അയക്കേണ്ടി വന്നു. അയാളാകട്ടെ, തന്റെ നാല് സഹോദരന്മാരോടൊപ്പം അവളുടെ ഭർത്തൃപദവി പങ്കുവയ്ക്കുവാൻ പോകുന്നു. ബ്രാഹ്മണ കുമാരന്മാരെപ്പറ്റി കൂടുതൽ കാര്യങ്ങൾ അറിഞ്ഞുവരുവാൻ നിയോഗിക്കപ്പെട്ടവരൊക്കെ മടങ്ങിയെത്തി. സ്വയംവരത്തിലൂടെ കൃഷ്ണയെ (പാഞ്ചാലിയെ) നേടിയ ബ്രാഹ്മണ യുവാവ് അർജ്ജുനനാണെന്ന അറിവ് പാഞ്ചലന് ആശ്വാസമേകി. അദ്ദേഹം ശ്രീകൃഷ്ണനെയും പാണ്ഡവരെയും സ്നേഹപൂർവം കൊട്ടാരത്തിലേക്ക് ക്ഷണിച്ച് സല്ക്കരിച്ചു. സല്ക്കാരത്തിനിടയിൽ ഒരു സ്ത്രീക്ക് ഒരു ഭർത്താവെന്നതാണ് ശ്രേഷ്ഠമായ രീതിയെന്ന് അദ്ദേഹം പാണ്ഡവരോട് പറഞ്ഞു. എന്നാൽ മാതാവിന്റെ നിർദ്ദേശപ്രകാരം എടുത്ത തീരുമാനത്തിൽ നിന്ന് പിന്മാറാൻ കഴിയില്ലെന്ന് അവർ അറിയിച്ചു. മകളുടെ ഭാവിയോർത്ത് അദ്ദേഹം ഏറെ വ്യാകുലനായി. അദ്ദേഹത്തിന്റെ വ്യാകുലതയകറ്റാനായി സാക്ഷാൽ വേദവ്യാസ മഹർഷി അവിടെ എത്തി. അദ്ദേഹം പാഞ്ചാലിയുടെ പൂർവജന്മകഥ ദ്രുപദനെ പറഞ്ഞുകേൾപ്പിച്ചു.

നാളായണി മൗൽഗല്യൻ എന്ന വൃദ്ധ സന്യാസിയുടെ സുന്ദരിയായ പത്നിയായിരുന്നു. കുഷ്ഠരോഗിയും വിരൂപനുമായ തന്റെ ഭർത്താവിനെ നാളായണി നിഷ്ഠയോടെ സേവിച്ചു. രോഗപീഡിതനായ മൗൽഗല്യൻ മുൻകോപിയും ശാഠ്യക്കാരനുമായിരുന്നു. തന്റെ നിഷ്കളങ്കമായ സനേഹത്തിനും സേവനത്തിനും പകരമായി കിട്ടിക്കൊണ്ടിരുന്ന ശകാരങ്ങളും പ്രഹരങ്ങളുമൊക്കെ നാളായണി നിശ്ശബ്ദയായി സഹിച്ചു. ക്രൂരമായി പെരുമാറുന്ന ഭർത്താവിനോട് ഒരിക്കൽ പോലും അവൾ സ്നേഹക്കുറവ് കാട്ടിയില്ല. ഒരിക്കൽ ഭക്ഷണം

കഴിച്ചുകൊണ്ടിരുന്ന മഹർഷിയുടെ കുഷ്ഠരോഗ ബാധിതമായ തള്ള വിരൽ മുറിഞ്ഞ് ഭക്ഷണത്തിൽ വീണു. ആ ഭക്ഷണം അറപ്പോ, വെറുപ്പോ കൂടാതെ അവൾ സ്വീകരിച്ചു. നാളായണിയുടെ സനേഹവും പ്രതിജ്ഞാബദ്ധതയും മഹർഷിക്ക് ബോദ്ധ്യപ്പെട്ടു. തന്റെ പരീക്ഷണങ്ങളിൽ വിജയിച്ച നാളായണിയെ മൗൽഗല്യൻ അനുഗ്രഹിച്ചു. ഏത് രൂപവും കൈവരിക്കുവാനുള്ള സിദ്ധി തനിക്കുണ്ടെന്നും നാളായണിയുടെ ഏതാഗ്രഹവും സാധിച്ചു കൊടുക്കുവാൻ തയ്യാറാണെന്നും മഹർഷി അറിയിച്ചു. കാമദേവ സമന്മാരായ അഞ്ച് യുവാക്കളുടെ രൂപം പൂണ്ട് തന്നെ സന്തോഷിപ്പിക്കുവാൻ അവൾ മുനിയോടപേക്ഷിച്ചു. മൗൽഗല്യൻ അവളുടെ ആഗ്രഹം നിറവേറ്റി. കഴിഞ്ഞ കാലജീവിതത്തിലുണ്ടായ നഷ്ടം നികത്തുന്ന രീതിയിൽ അവൾക്ക് സന്തോഷം പകർന്നുകൊണ്ട് മുനി നാളായണിയോടൊപ്പം ഏറെക്കാലം കഴിഞ്ഞു. ഭൗതിക സുഖങ്ങളെല്ലാം അനുഭവിച്ചു കഴിഞ്ഞുവെന്ന തോന്നലുണ്ടായപ്പോൾ പൂർണ്ണമായും സന്യാസജീവിതത്തിലേക്ക് മടങ്ങുവാൻ അദ്ദേഹം തീരുമാനിച്ചു. നാളായണി നിരാശയായി. ദാമ്പത്യ ജീവിതം അവൾക്ക് മതിയായിരുന്നില്ല. ഇക്കാര്യം അവൾ ഭർത്താവിനോട് തുറന്നു പറഞ്ഞു. ജീവിത സുഖം വളരെയേറെ അനുഭവിച്ചിട്ടും തൃപ്തിയാകാത്ത നാളായണിയോട് മൗൽഗല്യൻ പറഞ്ഞു. 'ഒരു ജന്മം കൊണ്ട് നിനക്ക് തൃപ്തിയടയുവാൻ കഴിയില്ല. അതുകൊണ്ട് അടുത്ത ജന്മത്തിൽ പാഞ്ചാലകുമാരിയായി പിറന്ന് അഞ്ചു ഭർത്താക്കന്മാരെ സ്വീകരിച്ച് ജീവിതസുഖം അനുഭവിച്ചുകൊള്ളുക.' മൗൽഗല്യൻ തപസ്സിന് പോയപ്പോൾ നാളായണി പരമശിവനെ തപസ്സുചെയ്തു. പാഞ്ചാല രാജകുമാരിയായി പിറന്ന് അഞ്ച് ഭർത്താക്കന്മാരോടൊത്ത് ജീവിതം നയിക്കാനും നിത്യയൗവനം പ്രാപിക്കാനുമുള്ള അനുഗ്രഹം ശ്രീ പരമേശ്വരൻ അവൾക്ക് നല്കി.

നാളായണിയാണ് കൃഷ്ണയായി പിറന്നതെന്നും അഞ്ച് ഭർത്താക്കന്മാരെ പ്രാപിക്കാൻ അവൾ നിയുക്തയാണെന്നും വ്യാസനിൽ നിന്നു മറിഞ്ഞപ്പോൾ ദ്രുപദന്റെ വിഷാദം ഏറെക്കുറെ വിട്ടുപോയി. അഞ്ച് ഭർത്താക്കന്മാരെ സ്വീകരിച്ച സ്ത്രീകൾ മുമ്പും ഉണ്ടായിരുന്നെന്നും അവരൊക്കെ ഒത്തൊരുമയോടെ ജീവിച്ചിട്ടുണ്ടെന്നും വേദവ്യാസമഹർഷി സാക്ഷ്യം പറഞ്ഞു. നിയന്തു എന്ന രാജർഷിയുടെ അഞ്ചുപുത്രന്മാർ ഭൗമാശി എന്ന സ്ത്രീയെ വിവാഹം കഴിച്ചു. അവർക്കും അഞ്ച് പുത്രന്മാർ ഉണ്ടായി. നൈന്തവന്മാർ എന്ന പേരിൽ അവർ പ്രസിദ്ധരായി. വ്യാസന്റെ പുരാണ കഥകൾകേട്ട് ദ്രുപദന്റെ സങ്കടം അദ്ദേഹത്തെ വിട്ടൊഴിഞ്ഞു. ആധുനിക മനുഷ്യന്റെ ജീവിതാവസ്ഥകളുമായി

ഒത്തുപോകുന്ന പുരാണ കഥാ സന്ദർഭങ്ങൾ ഏറെയുണ്ട്. ഇവ മനുഷ്യന് ആശ്വാസവും ധൈര്യവും പകർന്നു നല്കുന്നു. വ്യാകുലതകളൊക്കെ അകന്നപ്പോൾ ദ്രുപദരാജാവ് പുത്രിയുടെ പാണിഗ്രഹണ ചടങ്ങ് കൊട്ടാരത്തിൽ വച്ച് ആർഭാടമായി നടത്തി.

●

സുന്ദോപസുന്ദന്മാർ

നികുംഭൻ എന്ന അസുരന്റെ പുത്രന്മാരായിരുന്ന സുന്ദനും ഉപസുന്ദനും. സാഹോദര്യം എന്ന ഭാവത്തിന്റെ ദൃഢതയും സൗന്ദര്യവും എന്തെന്നറിയുവാൻ ഇവരുടെ പരസ്പര ബന്ധമെന്തെന്ന റിഞ്ഞാൽ മതിയായിരുന്നു. പുത്രന്മാരുടെ പരസ്പരസ്നേഹവും ഒരുമയും കണ്ട് ലോകത്തിലേക്കും ഭാഗ്യവാനായ പിതാവ് താനാണെന്ന് നികുംഭൻ ഉറച്ചു വിശ്വസിച്ചു. ഇണപിരിയാതെ നടന്ന ഇവരെ ആളുകൾ സുന്ദോപസുന്ദന്മാർ എന്ന് വിളിച്ചു. മഹാപരാക്രമികളായ ഇവർ അമരത്വം പ്രാപിക്കുകയെന്ന ഉദ്ദേശ്യത്തോടെ ബ്രഹ്മാവിനെ തപസ്സുചെയ്തു. സുന്ദോപസുന്ദന്മാരുടെ ഉദ്ദേശ്യമറിയാവുന്നതുകൊണ്ട് ബ്രഹ്മാവ് അവർക്ക് ദർശനം നൽകുവാൻ മടിച്ചു. പക്ഷേ, അവരുടെ നിശ്ചയദാർഢ്യത്തിന് മുമ്പിൽ ബ്രഹ്മാവിന് മുട്ടുമടക്കേണ്ടിവന്നു. ലക്ഷ്യപ്രാപ്തിക്ക് താമസം നേരിടുന്നതു കണ്ട അസുരസഹോദ രന്മാർ തപസ്സിന്റെ കാഠിന്യം കൂട്ടി. അവർ തപസ്സു ചെയ്തിരുന്ന വിന്ധ്യപർവ്വതം പുകകൊണ്ട് നിറഞ്ഞു. തപസ്സിന്റെ കാഠിന്യം അതിന്റെ പാരമ്യതയിലെത്തിയതുകണ്ട ബ്രഹ്മാവിന് അവരുടെ മുമ്പാകെ പ്രത്യക്ഷപ്പെടേണ്ടി വന്നു. അമരത്വം വരമായി ചോദിച്ച അവരോട് എന്നെന്നേക്കുമായി മൃത്യു ഒഴിവാക്കാൻ കഴിയില്ലെന്ന് ബ്രഹ്മാവ് പറഞ്ഞു. എങ്കിൽ മറ്റാരാലും വധിക്കപ്പെടരുതെന്ന വരം അവർ ചോദിച്ചു. തങ്ങൾ തമ്മിലുള്ള ബന്ധത്തിന്റെ കെട്ടുറപ്പിൽ പൂർണ്ണ വിശ്വാസമുണ്ടായിരുന്നതുകൊണ്ട് ബ്രഹ്മാവ് നൽകിയ വരം അമരത്വം തന്നെയാണെന്ന് സുന്ദോപസുന്ദന്മാർ ധരിച്ചു.

ബ്രഹ്മാവിൽ നിന്നും വരം ലഭിച്ചതിനുശേഷം ഇരുവരും ഏറെ അഹങ്കരിച്ചു. ആക്രമണമെന്നത് അവരുടെ പ്രധാന വിനോദ ഇനമായി മാറി. മഹർഷിമാരും സ്ത്രീകളും ബ്രാഹ്മണരും ഒക്കെ പീഡിപ്പിക്കപ്പെട്ടു. യാഗങ്ങളും ഹോമങ്ങളും എല്ലാം മുടക്കി.

നിരപരാധികളെ കൂട്ടത്തോടെ വധിച്ചു. ദേവലോകത്തെ അവർ ആക്രമിച്ചു. വരബലത്താൽ അജയ്യരായ സുന്ദോപസുന്ദന്മാരെ കണ്ട് ദേവതകൾ ഓടിഒളിച്ചു. അസുരന്മാരെകൊണ്ട് പൊറുതിമുട്ടിയവരെല്ലാവരും കൂടി ബ്രഹ്മാവിനെക്കണ്ട് സങ്കടം പറഞ്ഞു. തന്റെ വരദാനം നിമിത്തം സാത്വികർക്കുണ്ടാകുന്ന കഷ്ടപ്പാടിന് ഏതുവിധേനയും അറുതി വരുത്തുമെന്ന് ബ്രഹ്മാവ് അവർക്ക് ഉറപ്പു നല്കി.

ലോകത്തുള്ള സുന്ദര വസ്തുക്കളുടെയെല്ലാം സത്തെടുത്ത് ബ്രാഹ്മാവ് അതിസുന്ദരിയായ ഒരു പെൺകുട്ടിയെ സൃഷ്ടിച്ചു. അവൾക്ക് തിലോത്തമ എന്ന് പേരിട്ടു. അവളെക്കണ്ട് ദേവന്മാരൊക്കെ മോഹിച്ചു. സുന്ദോപസുന്ദന്മാരെ വശീകരിക്കുവാനാണ് തിലോത്തമയെ സൃഷ്ടിച്ചിരിക്കുന്നതെന്ന് ബ്രഹ്മാവ് അവരെ അറിയിച്ചു. ബ്രഹ്മനിയോഗമനുസരിച്ച് മാദകസുന്ദരിയായ തിലോത്തമ സുന്ദോപസുന്ദന്മാരെ സമീപിച്ചു. അവളുടെ സൗന്ദര്യം കണ്ട് അസുര സഹോദരന്മാർ അത്ഭുതപ്പെട്ടു. അവളെ പരിചയപ്പെടുവാനായി സുന്ദോപസുന്ദന്മാർ ആവേശത്തോടെ മുമ്പോട്ടു വന്നു. സ്ത്രീ സഹജമായ ചലനവിശേഷങ്ങൾ കൊണ്ടും കടാക്ഷവിക്ഷേപങ്ങൾ കൊണ്ടും അവൾ അവരെ വലച്ചു. തന്റെ സൗന്ദര്യത്തിൽ അസുരന്മാർ ഭ്രമിച്ചിരിക്കുന്നുവെന്നുറപ്പായപ്പോൾ വിലാസവതിയായി അവൾ മൊഴിഞ്ഞു-'ദേവകന്യകയായ ഞാൻ ലക്ഷണമൊത്തൊരു പുരുഷനെത്തേടിയിറങ്ങിയിരിക്കുകയാണ്. സുന്ദരന്മാരായ നിങ്ങളെ എനിക്കേറെ ഇഷ്ടമായി. നിങ്ങളിൽ ഒരാളുടെ ഭാര്യയാകുവാനുള്ള ഭാഗ്യം എനിക്കുണ്ടാകുമോ?' തങ്ങളിൽ ആകൃഷ്ടയായിരിക്കുന്ന ഈ സുരസുന്ദരിക്ക് ദേവന്മാരിൽ മതിപ്പില്ലായെന്നറിഞ്ഞ് സുന്ദോപസുന്ദന്മാർ ഏറെ സന്തോഷിച്ചു. ഇരുവരും അവളെ സ്വീകരിക്കുവാനായി മുമ്പോട്ടുവന്നു. ഒരാളെ മാത്രമെ ഭർത്താവായി സ്വീകരിക്കുകയുള്ളുവെന്നവൾ ശഠിച്ചു. അവൾക്കുവേണ്ടി അസുരസഹോദരന്മാർ പിടിവലി ആരംഭിച്ചു. അവളാകെ കഷ്ടത്തിലായി. സുന്ദരിയുടെ മുഖത്തെ ദൈന്യഭാവം കണ്ടപ്പോൾ സുന്ദന് സഹിച്ചില്ല. 'ജ്യേഷ്ഠനായ എന്റെ ഭാര്യയെ നീ സപർശിക്കുന്നത് അധർമ്മമാണ്. അനുജാ, വിട്ടുമാറുക.' ഉപസുന്ദൻ തിലോത്തമയെ വേണ്ടെന്നുവയ്ക്കാൻ തയ്യാറല്ലായിരുന്നു. 'ജ്യേഷ്ഠാ, അനുജന്റെ ഭാര്യയെ കടന്നുപിടിക്കുന്നത് വലിയപാപമാണ്. വിട്ടുമാറുക.' ഇരുവരും വിട്ടുകൊടുക്കുവാൻ തയ്യാറല്ലായിരുന്നു. തിലോത്തമയാകട്ടെ, ഭാവഹാവാദികൾ കൊണ്ട് ഇരുവരെയും മോഹിപ്പിച്ചു കൊണ്ടിരുന്നു. അനുജനെ അനുനയിപ്പിക്കാൻ പറ്റില്ലെന്ന് ഉറപ്പായപ്പോൾ സുന്ദൻ തന്റെ ഗദയെടുത്തു. ഉപസുന്ദനും പിൻമാറിയില്ല. ഇരുവരും തമ്മിൽ പൊരിഞ്ഞ ഗദായുദ്ധം നടന്നു. അവർ പരസ്പരം മാരകമായ

പ്രഹരങ്ങൾ ഏല്പിച്ചു. അവസാനം ഇരുവരും കുഴഞ്ഞുവീണു മരിച്ചു. സ്വന്തം ദൗത്യം വിജയകരമായി പൂർത്തിയാക്കിയ തിലോത്തമ സ്വർഗ്ഗത്തിലേക്ക് മടങ്ങി.

സ്ത്രീ സൗന്ദര്യത്തിന്റെ വശ്യതയ്ക്കു മുമ്പിൽ സാഹോദര്യം കെട്ടഴിഞ്ഞു വീഴുമെന്ന് ഈ കഥയിലൂടെ നാരദ മഹർഷി പാണ്ഡവരെ ബോദ്ധ്യപ്പെടുത്തി. നാരദരുടെ ഉപദേശ പ്രകാരം പഞ്ചപാണ്ഡവർ മൂപ്പുമുറയനുസരിച്ച് ഊഴമിട്ട് ഓരോ വർഷം പാഞ്ചാലിയോടൊപ്പം കഴിയുവാൻ തീരുമാനിച്ചു. മറ്റുള്ളവരുടെ ജീവിത പാഠങ്ങൾ സ്വന്തം ജീവിതത്തിന്റെ കെട്ടുറപ്പിന് ഉതകുന്ന വിധത്തിൽ സ്വീകരിക്കുവാൻ തയ്യാറായ പാണ്ഡവരെ നാരദർ അഭിനന്ദിച്ചു.

●

ശിവനും പാപിയും

കുളത്തരത്തിലൂടെ നേടുന്ന മുതലിന്റെ ഒരു പങ്ക് ദേവാലയത്തിൽ സമർപ്പിച്ചാൽ പിന്നെ പ്രശ്നങ്ങളൊന്നും ഉണ്ടാവില്ലായെന്നു വിചാരിക്കുന്നവർ ഇന്നത്തെപ്പോലെ പണ്ടും ഉണ്ടായിരുന്നുവെന്ന് ബ്രഹ്മാണ്ഡപുരാണത്തിലെ ഒരു കഥ വ്യക്തമാക്കുന്നു.

കാഞ്ചിപുരത്ത് വജ്രൻ എന്നപേരായ ഒരു മോഷ്ടാവുണ്ടായിരുന്നു. നിത്യവും അയാൾ മറ്റുള്ളവരുടെ മുതൽ മോഷ്ടിച്ചുകൊണ്ടിരുന്നു. സമർത്ഥന്മാരായ രാജഭടന്മാരിൽ നിന്നും മോഷണമുതൽ സംരക്ഷിക്കുവാനുള്ള മാർഗ്ഗം വജ്രൻ തന്നെ കണ്ടുപിടിച്ചു. അതിൻ പ്രകാരം പാതിരാവാകുമ്പോൾ വജ്രൻ മോഷണമുതൽ ഒറ്റയ്ക്ക് കാട്ടിൽ കൊണ്ടുപോയി ഒരിടത്ത് കുഴിച്ചിടും. താൻ ഒറ്റക്കുചെയ്യുന്ന ഈ പ്രവൃത്തി മറ്റാരും അറിയില്ലായെന്നയാൾ ഉറച്ചു വിശ്വസിച്ചു. എന്നാൽ മറ്റൊരാൾ വജ്രനെ രഹസ്യമായി നിരീക്ഷിക്കുന്നുണ്ടായിരുന്നു. കിരാത ജാതിയിൽപ്പെട്ട മരംവെട്ടുകാരനായ വീരദത്തനായിരുന്നു അത്. വജ്രൻ പോയിക്കഴിഞ്ഞുവെന്ന് ഉറപ്പായപ്പോൾ അയാൾ കുഴിച്ചിട്ട ധനത്തിന്റെ ഏതാണ്ട് പത്തിലൊന്നു ഭാഗം കവർന്നെടുത്ത ശേഷം വീരദത്തൻ കുഴികൾ പഴയതുപോലെ കല്ലിട്ടു മൂടി. ഇത്തരത്തിൽ വീരദത്തൻ നടത്തിയ മോഷണങ്ങൾ രാത്രി സഞ്ചാരിയായ വജ്രന്റെ ദൃഷ്ടിയിൽപെട്ടില്ല. അങ്ങനെ രണ്ടു സമർത്ഥരും തങ്ങളുടേതായ ശൈലിയിൽ മോഷണം തുടർന്നു വന്നു.

ഒരു ദിവസം വീരദത്തൻ തന്റെ ഭാര്യയോടിപ്രകാരം പറഞ്ഞു:- "നീ എന്നും പണം വേണമെന്ന് പറയാറുണ്ടല്ലോ?. ഇതാ, ഇന്ന് എന്റെ കയ്യിൽ ആവശ്യത്തിന് പണമുണ്ട്." ഭാര്യ പറഞ്ഞു-"വിയർപ്പിന്റെ വിലയായി ലഭിക്കുന്ന ധനം മാത്രമേ നിലനില്ക്കുകയുള്ളൂ. ഇത്തരം ധനം വീട്ടിലേക്കെടുക്കാൻ പാടില്ല. ഇതുകൊണ്ട് നാടിന്

ഉപയോഗപ്രദമായ രീതിയിൽ കിണറുകൾ, കുളങ്ങൾ എന്നിവ നിർമ്മിച്ചു നല്കണം." ഭാര്യയുടെ ഉപദേശം ശരിയാണെന്നയാൾക്ക് തോന്നി. ചുറ്റുവട്ടത്തൊക്കെ ധാരാളം കിണറുകളും കുളങ്ങളും ഉണ്ടായിരുന്നതുകൊണ്ട് അയാൾ കുറെ ദൂരെ ഒരിടത്ത് വലിയൊരു കുളം നിർമ്മിച്ചു തുടങ്ങി. ക്രമേണ വേനലിലും വർൾച്ചയിലുമൊന്നും വറ്റാത്ത ഒരു വലിയ കുളം രൂപം പൂണ്ടു വന്നു. പക്ഷേ, കുളത്തിന് പടവുകൾ തീർത്തിട്ടുണ്ടായിരുന്നില്ല. അത് ആവശ്യമാണെന്ന് വീരദത്തനും തോന്നി. കൈവശമുണ്ടായിരുന്ന പണമൊക്കെ തീർന്നതിനാൽ അയാൾ പഴയതുപോലെ വഞ്ചനെ പിന്തുടർന്നു. വഞ്ചൻ കുഴിച്ചിട്ടിരുന്നതിൽ നിന്നും ആവശ്യത്തിന് കവർന്നെടുത്ത് കുളത്തിന് പടവുകളും ചുറ്റുമതിലും തീർത്തു. കുളം തീർത്തു കഴിഞ്ഞിട്ടും അയാൾ പഴയതുപോലെ മോഷണം തുടർന്നു. അപ്രകാരം സമ്പാദിച്ച ധനം കൊണ്ട് വീരദത്തൻ കുളക്കരയിൽ വിഷ്ണുവിന്റെയും ശിവന്റെയും ക്ഷേത്രങ്ങൾ പണിയിച്ചു. കുറെ വനം വെട്ടി നശിപ്പിച്ച് കൃഷിഭൂമിയുണ്ടാക്കി ബ്രാഹ്മണർക്ക് ദാനം ചെയ്തു. ബ്രാഹ്മണരെ കൂട്ടമായി ക്ഷണിച്ചു വരുത്തി അവർക്ക് അന്നദാനവും വസ്ത്രദാനവും നടത്തി. വീടില്ലാത്ത ബ്രാഹ്മണർക്കെല്ലാം വീടു വച്ചു നൽകി. ഇത്തരത്തിലുള്ള കർമ്മങ്ങൾ നിമിത്തം വീരദത്തൻ ഉത്തമ ഭക്തനായും ദാനിയായും പ്രസിദ്ധനായി. സന്തുഷ്ടരായ ബ്രാഹ്മണർ അയാൾക്ക് ഒരു പുതിയ പേര് നല്കി. അങ്ങനെ കിരാതനായിരുന്ന വീരദത്തൻ ഭക്തശിരോമണിയും ദാനവീരനുമായ ദ്വിജവർമ്മയായി.

ഇത്രയൊക്കെ ആയപ്പോഴേക്കും കാലം കുറെ കടന്നുപോയിരുന്നു. ദ്വിജ വർമ്മയുടെ ആയുസ്സിനറുതിയായി. തങ്ങളുടെ ജോലിയിൽ കൃത്യനിഷ്ഠ വച്ചു പുലർത്തുന്ന യമദൂതന്മാർ ദ്വിജവർമ്മയെ സമീപിച്ചു. ദ്വിജവർമ്മയുടെ രക്ഷക്കായി ശിവദൂതന്മാരും വിഷ്ണു ദൂതന്മാരും അണിനിരന്നു. അവർ യമദൂതന്മാരുമായി കലഹിച്ചു. കലഹം മൂത്തപ്പോൾ എല്ലാമറിയുന്ന ദേവർഷി നാരദർ അവിടെ പ്രത്യക്ഷപ്പെട്ടു. "നിങ്ങൾ ഈ കിരാതന്റെ പേരിൽ കലഹിക്കേണ്ട. ഇയാൾ മോഷണ മുതൽ ഉപയോഗിച്ച് ദേവാലയം പണിയിച്ച ആളാണ്. കുമാർഗ്ഗത്തിലൂടെ ധനം സമ്പാദിക്കുന്നത് പാപമാണ്. ദേവാലയം പണിയിച്ചതുകൊണ്ട് ആ പാപം ഇല്ലാതാകുന്നില്ല. അതുകൊണ്ട് പാപിയായ ഇവൻ നിങ്ങൾക്കാർക്കും തന്നെ സ്വീകാര്യനാവാൻ പാടില്ല.' ദേവർഷി നാരദരുടെ വാക്കുകളെ അവർ മാനിച്ചു. ആരും സ്വീകരിക്കാതിരുന്നതുകൊണ്ട് കിരാതൻ പന്ത്രണ്ട് വർഷക്കാലം പ്രേതമായി ഗതികിട്ടാതെ അലഞ്ഞു. നാരദർ വൃദ്ധയായ കിരാത പത്നിയെ സന്ദർശിച്ചു. "സ്വന്തം ഭർത്താവിന് നേർവഴി കാട്ടികൊടുത്ത താങ്കൾ

ബ്രഹ്മലോകത്തിന് അർഹയായിരിക്കുന്നു. അവിടേക്ക് പുറപ്പെട്ടാലും." നാരദരുടെ അനുഗ്രഹ വചനം അവർക്ക് സന്തോഷമേകിയില്ല. അവർ പറഞ്ഞു-" എന്റെ ഭർത്താവിന് ലഭ്യമല്ലാത്ത ബ്രഹ്മലോകം കൊണ്ട് എനിക്കെന്തു കാര്യം?. ഭർത്താവിന്റെ ഗതി തന്നെ എനിക്കും വരുവാനനുഗ്രഹിക്കേണം." സാദ്ധ്വിയായ ആ സ്ത്രീയുടെ പാതിവ്രത്യ നിഷ്ഠയിൽ സംപ്രീതനായ ദേവർഷി നാരദർ അവർക്ക് ഭഗവാൻ പരമശിവനെ പ്രസാദിപ്പിക്കുവാനുള്ള മാർഗ്ഗം ഉപദേശിച്ചു കൊടുത്തു. കിരാത സ്ത്രീ തന്റെ ഭർത്താവിന്റെ മോക്ഷത്തിനായി പരമ ശിവനെ തപസ്സു ചെയ്തു. കിരാത സ്ത്രീയുടെ നിഷ്കളങ്കവും നിസ്വാർഥവുമായ തപസ്സിൽ പ്രസന്നനായ പരമശിവൻ അവരുടെ അഭീഷ്ടം നിറവേറ്റി.

●

അവലംബം- ബ്രഹ്മാണ്ഡപുരാണം.

മാതാപിതാക്കളുടെ മോഹങ്ങൾ

സ്വന്തം മക്കളുടെ ഭാവി ഭദ്രതയെപ്പറ്റിയോർത്ത് ആകുലപ്പെടാത്ത മാതാപിതാക്കൾ ഉണ്ടാകില്ല. കുട്ടികൾ മാതാപിതാക്കളുടെ ആഗ്രഹത്തിനനുസരിച്ച് ജീവിക്കണമെന്നാണവരുടെ പക്ഷം. മാതാപിതാക്കളുടെ ആഗ്രഹം നിറവേറ്റുന്നവരാണ് നല്ല മക്കൾ. ജീവിത സാഫല്യം സംബന്ധിച്ച പാരമ്പര്യ ധാരണകൾക്കൊത്തു പോകാൻ കഴിയാത്ത മക്കളെ കുടുംബവും കുടുംബങ്ങൾ കൂടുന്ന സമൂഹവും അംഗീകരിക്കാറില്ല. ജീവിത സംബന്ധിയായ തങ്ങളുടെ കാഴ്ചപ്പാടുകൾ കുറ്റമറ്റതും ശ്രേഷ്ഠവുമാണെന്ന് ഓരോ തലമുറയും അവകാശപ്പെടാറുണ്ട്. അവ തീക്ഷ്ണമായ ജീവിതാനുഭവങ്ങളിൽ നിന്നും ഉരുത്തിരിഞ്ഞു വന്നതാണെന്നും പുതിയ തലമുറക്കിതൊന്നും മനസ്സിലാകില്ലെന്നും അവരുടെ അപക്വമായ മനസ് മിഥ്യാലോകത്തു മാത്രം വിരാജിക്കുകയാണെന്നും പഴയ തലമുറ കരുതുന്നു. വൈവിധ്യമുള്ള ലോകത്ത്, സാധ്യതകളുടേതായ ലോകത്ത് ഒരു പരീക്ഷണത്തിനിറങ്ങുന്നവരെ പൊതുവെ ആരും പോത്സാഹിപ്പിച്ചു കാണാറില്ല. മാതാപിതാക്കളുടെ നിർബന്ധം നിമിത്തം എഞ്ചിനീയറിംഗ് ഡിഗ്രിയെടുത്ത എന്റെ നാട്ടുകാരനായ ഒരു കുട്ടിക്കുണ്ടായ അനുഭവം എനിക്ക് ഓർമ്മ വരുന്നു. ഉന്നതവിദ്യാഭ്യാസം നേടിയ സർക്കാരുദ്യോഗസ്ഥരായ ദമ്പതികളുടെ ഏകപുത്രനായിരുന്നവൻ. എഞ്ചിനീയറിംഗ് ബിരുദം നേടിയിട്ടും ആ മേഖലയിൽ ജോലി കിട്ടാതിരുന്ന അവൻ കുറച്ച് കൂട്ടുകാരോടൊപ്പം ചേർന്ന് ഒരു ബിസിനസ് ആരംഭിച്ചു. മകൻ ബിസിനസ്സിൽ ഇറങ്ങുന്നതിനോട് അച്ഛന് താല്പര്യക്കുറവുണ്ടായിരുന്നു. എന്നാൽ അമ്മ അവനെ പിന്തുണച്ചതു കൊണ്ട് അച്ഛൻ അവന് മൗനസമ്മതം നല്കി. മകനും കൂട്ടരും നഗരത്തിൽ തുടങ്ങിയ എക്സ്പോർട്ട് കമ്പനിയുടെ ഉദ്ഘാടനത്തിന് മാതാപിതാക്കളെത്തി. മകൻ നടത്തുന്നത് ചെമ്മീൻ കയറ്റുമതി സ്ഥാപനമാണെന്ന്

അവിടെ ചെന്നപ്പോളാണ് പിതാവിന് മനസ്സിലായത്. ക്രുദ്ധനും അസ്വസ്ഥനുമായ അദ്ദേഹം ചടങ്ങ് പൂർത്തിയാകാൻ കാത്തിരിക്കാതെ വീട്ടിലേക്ക് മടങ്ങി. മുടക്കിയ പണത്തെപ്പറ്റി ചിന്തിക്കേണ്ട. മീൻ കച്ചവടം മതിയാക്കി എത്രയും വേഗം മടങ്ങിപ്പോരാൻ അദ്ദേഹം മകന് കർശന നിർദ്ദേശം നല്കി. മകൻ അമ്മയെ കാര്യങ്ങൾ പറഞ്ഞു മനസ്സിലാക്കുന്നതിൽ വിജയിച്ചു. ക്രമേണ അച്ഛന്റെ മനസ് മാറ്റിയെടുക്കാമെന്ന് അവർ മകനോട് പറഞ്ഞു. പക്ഷേ, ഇക്കാര്യത്തിൽ അച്ഛൻ നിലപാട് കടുപ്പിച്ചു. "ഞാനവനെ എഞ്ചിനീയറിംഗിന് പഠിപ്പിച്ചത് മീൻ കച്ചവടത്തിനയക്കാനല്ല." മകൻ തിരഞ്ഞെടുത്ത തൊഴിലിന്റെ പേരിൽ വീട്ടിൽ കലഹം പതിവായി. തന്റെ മനസുകാണാൻ കഴിയാത്ത, തന്നെ പിന്തുണക്കാത്ത ഭാര്യയോട് അദ്ദേഹത്തിന് കടുത്ത അമർഷമുണ്ടായി. പൊതുവെ സൗമ്യനും സരസനുമായ ഈ പിതാവിലുണ്ടായ മാറ്റം ചുറ്റുവട്ടത്തുള്ളവരെക്കൂടി അത്ഭുതപ്പെടുത്തി. ഒരുദിവസം ആ വാർത്ത കേട്ട് നാട്ടുകാർ ഞെട്ടുങ്ങി. യുവ എഞ്ചിനീയറുടെ മാന്യനും പരോപകാരിയുമായ പിതാവ് ശരീരമാസകലം മണ്ണെണ്ണയിൽ കുളിപ്പിച്ചിട്ട് ഒരു ചാക്കിൽ കയറി ശരീരത്തിന് തീ കൊളുത്തി. തീ കൊളുത്തിയ സ്ഥലത്തു നിന്നും കുറച്ചു ദൂരെയായി കത്തിയമർന്ന ആ മനുഷ്യ ശരീരത്തിന്റെ അവശിഷ്ടങ്ങൾ കാണപ്പെട്ടു. താൻ അപ്രമാദം എന്നു കരുതിയതും എന്നാൽ വ്യർഥവുമായ ജീവിതബോധം ആ പിതാവിൽ എത്ര ശക്തമായിരുന്നുവെന്ന് നമുക്ക് ഊഹിക്കാമല്ലോ? മാറിക്കൊണ്ടിരിക്കുന്ന ലോകത്തെ സംബന്ധിച്ച് നമ്മൾക്കുള്ളതിൽ കൂടുതൽ അവബോധം നമ്മളുടെ മക്കൾക്കുണ്ടാവാമെന്ന് അംഗീകരിക്കാൻ കഴിഞ്ഞിരുന്നെങ്കിൽ സ്വസ്ഥമായ ആ കുടുംബ ജീവിതം ഏറെക്കാലം മുൻപോട്ട് പോകുമായിരുന്നു.

മാതാപിതാക്കളുടെ മോഹവും മക്കളുടെ മോഹവും തമ്മിൽ പൊരുത്തപ്പെടാതിരിക്കുകയെന്നത് ആധുനിക കാലത്തിന്റെ മാത്രം സവിശേഷതയല്ല. എല്ലാക്കാലത്തും ഇത്തരം പ്രശ്നങ്ങൾ ഇവിടെ നിലനിന്നിരുന്നു. പരസ്പരമറിയുകയും ആശയാഭിലാഷങ്ങൾ പങ്കുവെക്കുകയും ചെയ്യുക, എന്റെ ചിന്തയും പ്രവൃത്തിയും മാത്രമെ ശരിയായിട്ടുള്ളുവെന്ന മിഥ്യാബോധത്തിൽ നിന്നകന്നു നില്ക്കുക, സമഗ്രമായ ജീവിതബോധം വച്ചുപുലർത്തുക എന്നിവയിലാണ് ഇവിടുത്തെ പ്രശ്ന പരിഹാര സാധ്യതകൾ. ബുദ്ധചരിതത്തിൽ ഈ പ്രശ്നവുമായി ചേർത്തുവക്കാവുന്ന ഒരു കഥ കാണുന്നു.

കപിലൻ മഗധദേശത്തു വസിച്ചിരുന്ന ഒരു ബ്രാഹ്മണനായിരുന്നു. അദ്ദേഹത്തിന്റെ ഒരേ ഒരു പുത്രൻ പിപലി എന്ന പേരിൽ അറിയപ്പെട്ടിരുന്നു. പിപലിക്ക് കുട്ടിയായിരിക്കെ തന്നെ സ്വന്തമായ

കാഴ്ചപ്പാടുകൾ ഉണ്ടായിരുന്നു. ധനിക കുടുംബത്തിൽ പിറന്നവനായിരുന്നിട്ടും അദ്ദേഹത്തിന് ധനത്തോടും മറ്റ് സുഖഭോഗങ്ങളോടുമൊന്നും ഒരു താല്പര്യവും ഉണ്ടായിരുന്നില്ല. സന്യാസിയാകുകയെന്നതാണ് തന്റെ ജീവിത ലക്ഷ്യമെന്ന് അദ്ദേഹം മാതാപിതാക്കളെ അറിയിച്ചു. കുട്ടി വളരുമ്പോൾ തീർച്ചയായും അവന്റെ ജീവിത വീക്ഷണത്തിൽ മാറ്റമുണ്ടാകുമെന്ന് മാതാപിതാക്കൾ ഉറച്ചു വിശ്വസിച്ചു. അവനിൽ ലൗകിക ജീവിതത്തോട് പ്രതിപത്തി തോന്നുവാൻ ഉതകുന്ന തരത്തിലുള്ള പ്രബോധനങ്ങൾ അവർ നല്കികൊണ്ടേയിരുന്നു. എന്നിട്ടും പിപലിക്ക് സന്യാസ ജീവിതത്തോടുള്ള പ്രതിപത്തിക്ക് ഒട്ടും കോട്ടം തട്ടിയില്ല. മകന്റെ ഈ മനോഭാവം നിമിത്തം മാതാപിതാക്കൾ ഏറെ വിഷമിച്ചു. തങ്ങളുടെ ഏക പുത്രൻ സന്യാസിയായി തീർന്നാൽ കുടുംബം അന്യം നിന്നു പോകും. അളവറ്റ സ്വത്ത് അന്യാധീനമാകും. തങ്ങളുടെ ആകാംക്ഷ അവർ നിരന്തരം പിപലിയുമായി പങ്കിട്ടു. യുവാവായ പിപലിയോട് അമ്മ തന്റെ ഒരേ ഒരു അഭീഷ്ടം സാധിച്ചു തരണമെന്ന് അപേക്ഷിച്ചു. മകൻ യോഗ്യയായ ഒരു കന്യകയെ പത്നിയായി വരിക്കണമെന്നായിരുന്നു അമ്മയുടെ അപേക്ഷ. പക്ഷേ, സന്യാസ ജീവിതം കൊതിച്ചിരുന്ന പിപലിക്ക് അമ്മയുടെ ആഗ്രഹത്തോട് അനുകൂലമായി പ്രതികരിക്കാൻ കഴിഞ്ഞില്ല. മറ്റുള്ളവരുടെ മനസ്സിന്റെ ദുഃഖം കാണാൻ കഴിയാത്തവന് യഥാർഥ സന്യാസിയാകാൻ കഴിയില്ലായെന്ന് അമ്മ പറഞ്ഞു. അമ്മയുടെ കഠിനമായ ദുഃഖത്തിനറുതി വരുത്തുവാനുള്ള മാർഗ്ഗത്തെപറ്റി പിപലി അഗാധമായി ചിന്തിച്ചു. അവസാനം അയാൾ പറഞ്ഞു:- "എന്റെ മനസ്സിനിണങ്ങിയ സുന്ദരിയും സുശീലയുമായ ഒരു പെൺകുട്ടിയെ കണ്ടെത്തുകയാണെങ്കിൽ ഞാൻ വിവാഹം കഴിക്കാം." അമ്മയ്ക്ക് സന്തോഷമായി. അവർ മകന്റെ മനസ്സിനിണങ്ങുന്നതെന്നു കരുതി പല ബന്ധങ്ങളും അയാളുടെ മുമ്പാകെ അവതരിപ്പിച്ചു. പക്ഷേ, അവയൊന്നും മകന് സ്വീകാര്യമായില്ല. അമ്മയുടെ ക്ഷമ കെട്ടു. ഇത്രയും കുമാരിമാരെ ഇഷ്ടപ്പെടാത്ത നിലക്ക് നിന്റെ മനസ്സിലിരിപ്പ് എനിക്ക് പിടികിട്ടുന്നില്ല. അമ്മയെ കബളിപ്പിച്ചിട്ട് സന്യാസിയാകാനുള്ള ഒരുക്കമാണല്ലേ? സ്വന്തം അമ്മയെ കബളിപ്പിക്കുന്നവന് സന്യാസിയാകാൻ കഴിയുമോ?

പിപലി സ്വർണ്ണം കൊണ്ട് സുന്ദരിയായ ഒരു യുവതിയുടെ പ്രതിമയുണ്ടാക്കി. ആ പ്രതിമയെ ഒരു ചുവന്ന സാരി ഉടുപ്പിച്ചു. ഇതുപോലൊരു പെണ്ണിനെ കണ്ടെത്തി തന്നാൽ അവളെ വിവാഹം കഴിക്കാമെന്നയാളേറ്റു. അമ്മക്ക് സന്തോഷമായി. ഇതുപോലൊരു യുവതിയെ ഞാൻ കണ്ടെത്തിയാൽ അവളെ വിവാഹം കഴിക്കാമെന്ന് നീ സത്യം

ചെയ്യണം. പിപലി അപ്രകാരം ചെയ്തു. പ്രതിമയുടെ രൂപസാദൃശ്യമുള്ള ഒരു സ്ത്രീ ലോകത്തുണ്ടാവില്ലായെന്നയാൾക്ക് ഉറപ്പായിരുന്നു. മകനെ വിവാഹം കഴിപ്പിക്കാൻ വ്യഗ്രതപൂണ്ട മാതാവ് പലരോടും സഹായം അഭ്യർഥിച്ചു. അവസാനം ഇത്തരം കാര്യങ്ങളിൽ മിടുക്കു കാട്ടിയ എട്ട് ബ്രാഹ്മണരെ അവർ പരിചയപ്പെട്ടു. അവരെ ധനധാന്യങ്ങൾ നല്കി പ്രീതിപ്പെടുത്തിയതിനു ശേഷം മാതാവ് അവരോട് തന്റെ ആവശ്യം അറിയിച്ചു. സ്വർണ്ണ വിഗ്രഹത്തിന്റെ രൂപസാദൃശ്യമുള്ള യുവതിയെ തന്റെ മകനുവേണ്ടി കണ്ടെത്തി നല്കിയാൽ ബ്രാഹ്മണർക്ക് സ്വർണ്ണ വിഗ്രഹം ഉപഹാരമായി നല്കുമെന്ന് പിപലിയുടെ മാതാവ് അറിയിച്ചു. സമർഥരായ അഷ്ടബ്രാഹ്മണർ ഏറെ ശുഷ്കാന്തിയോടെ തങ്ങളേറ്റെടുത്ത ജോലിയിൽ മുഴുകി. നിരന്തരമായ ശ്രമങ്ങൾക്കൊടുവിൽ അഷ്ടബ്രാഹ്മണർ തങ്ങളുടെ ജോലിയിൽ വിജയിച്ചു. കൗശികൻ എന്ന ബ്രാഹ്മണന്റെ പുത്രിക്ക് സ്വർണ്ണ പ്രതിമയുമായി അതീവ രൂപ സാദൃശ്യമുണ്ടായിരുന്നു. അമ്മയ്ക്ക് കൊടുത്ത വാക്കനുസരിച്ച് പിപലിക്ക് അവളെ വിവാഹം കഴിക്കേണ്ടി വന്നു. അഷ്ടബ്രാഹ്മണർക്ക് സ്വർണ്ണ വിഗ്രഹം ഉപഹാരമായി ലഭിച്ചു.

പിപലിയുടെ മാതാപിതാക്കളുടെ മോഹം സഫലമായി. ആനന്ദാതിരേകത്തിൽ മുഴുകിയ അവർ തങ്ങളുടെ പ്രിയപുത്രനും അവന്റെ ഭാര്യയും സന്തുഷ്ടരാണെന്ന് കരുതിയിട്ടുണ്ടാകാം. ജീവിത സാഫല്യം നേടിയ അവർ പിന്നീട് അധികകാലം ജീവിച്ചിരുന്നില്ല. വിവാഹിതനായിട്ടും പിപലിക്ക് ലൗകിക ജീവിതത്തോട് താല്പര്യമുണ്ടായില്ല. അളവറ്റ ധനമുണ്ടായിട്ടും അതിസുന്ദരിയായ ഭാര്യയുണ്ടായിരുന്നിട്ടും പിപലിയുടെ മനസ് ആധ്യാത്മികതയോട് ആഭിമുഖ്യം പുലർത്തി. ഭാര്യ അയാളെ കുറ്റപ്പെടുത്തിയില്ല. മാതാപിതാക്കൾ തങ്ങളുടെ ഇഷ്ടം തന്റെ ഭർത്താവിന്റെ മേൽ അടിച്ചേല്പിച്ചതാണെന്നവൾ മനസ്സിലാക്കിയിരുന്നു. ജീവിതസാഫല്യം ഓരോരുത്തർക്കും ഓരോ തരത്തിലാണ് അനുഭവപ്പെടുക എന്നവൾക്കറിയാമായിരുന്നു. വ്യക്തികളുടെ മനോനിശ്ചയങ്ങളെ മറ്റൊരാൾക്ക് എളുപ്പത്തിൽ മാറ്റിമറിക്കാൻ കഴിയില്ലല്ലോ. പിപലി സ്വന്തം ഇഷ്ടപ്രകാരം സന്യാസിയായി. പിപലിയുടെ ഭാര്യ സ്വന്തം നിലക്ക് ആധ്യാത്മിക ജീവിതം നയിച്ചു.

മാതാപിതാക്കൾക്ക് സ്വന്തം മോഹങ്ങൾ സഫലീകരിച്ചുവെന്ന ആശ്വാസത്തോടെ ഈ ലോകത്തു നിന്നും പോകാൻ കഴിഞ്ഞുവെന്നതിനപ്പുറം മറ്റൊന്നും സംഭവിച്ചില്ല. സ്വാഭാവികമായും ബുദ്ധ ചരിതത്തിലെ കഥകളിൽ സന്യാസം സ്വീകരിക്കുകയെന്നുള്ളത് പലരുടേയും ജീവിതത്തിന്റെ ആത്യന്തിക ലക്ഷ്യമായി ചിത്രീകരിച്ചിട്ടുണ്ടാകും. മക്കളുടെ മോഹങ്ങളെ പോത്സാഹിപ്പിക്കാതെ തങ്ങളുടെ

മോഹസാഫല്യങ്ങൾക്കുള്ള ഉപകരണങ്ങളായി അവരെക്കാണുന്ന മാതാപിതാക്കളുടെ പ്രതിനിധികളായി ഇതിലെ ബ്രാഹ്മണ ദമ്പതികളെക്കാണാം. അവർ തങ്ങളുടെ ജീവിതത്തിന്റെ വാങ്ങലായി (extension) മകന്റെ ജീവിതത്തെ കാണുന്നു. തങ്ങളുടെ ജീവിതത്തിന്റെ അസഫലതകളേയും അപൂർണ്ണതകളേയും പരിഹരിച്ച് ആ ജീവിതത്തിന്റെ ഒരു പുതിയ പതിപ്പ് മകൻ അവതരപ്പിക്കണമെന്ന് അവർ ആഗ്രഹിക്കുന്നു. മറ്റൊരുതരത്തിൽ പറഞ്ഞാൽ മകന്റെ ജീവിതത്തിലൂടെ തങ്ങളുടെ ജീവിതത്തെ പുനർജ്ജനിപ്പിക്കുവാനാണ് അവർ ശ്രമിക്കുന്നത്. അതിലൂടെ മകന് പുതിയ ലോകത്ത് പുതിയ ജീവിതം നയിക്കാൻ കഴിയാതെ പോകുമെന്ന് അവർ ചിന്തിക്കുന്നില്ല. തങ്ങൾക്ക് കാണാൻ കഴിയാതെ പോയ ജീവിതത്തിന്റെ അർഥതലങ്ങളെ കണ്ടെത്താൻ അവനെ പ്രചോദിപ്പിക്കുകയെന്നതാണ് തങ്ങളുടെ ധർമ്മമെന്ന് അവർക്ക് ചിന്തിക്കാൻ കഴിഞ്ഞില്ല. സ്വാർഥതയുടെ നൂലുകൾ കൊണ്ടാണ് പുത്രസ്നേഹത്തിന്റെ ഭാവം അവർ നെയ്തെടുത്തത്. പണ്ടത്തെ കഥയിലെ ബ്രാഹ്മണ ദമ്പതികൾ ചെയ്തതിനേക്കാൾ വലിയ അപരാധം ഇന്നത്തെ സമൂഹത്തിലെ ചില മാതാപിതാക്കൾ ചെയ്യുന്നതായി നമുക്ക് കാണാൻ കഴിയും.

●

അവലംബം- ബുദ്ധ ചരിതം

അസുരസുന്ദരി

അജമുഖി ഒരു അസുര സുന്ദരിയായിരുന്നു. പ്രസിദ്ധനായ താരകാസുരൻ ഇവളുടെ സഹോദരനായിരുന്നു. അതിസുന്ദരിയും മദാലസയുമായിരുന്ന അജമുഖി ഉഗ്രകോപിയായ ദുർവ്വാസാവു മഹർഷിയെ സമീപിച്ച് പ്രേമാഭ്യർത്ഥന നടത്തി. ഉഗ്രമൂർത്തിയായി അറിയപ്പെടുന്ന തന്റെയടുത്ത് പ്രേമഭാവവുമായി എത്തിയ സുന്ദരിയെക്കണ്ട് ദുർവ്വാസാവ് അത്ഭുതം കൂറിയിട്ടുണ്ടാകും. എന്തായാലും അദ്ദേഹം ആ സുന്ദരിക്കുവേണ്ടി ക്രോധഭാവമൊക്കെ ഉപേക്ഷിച്ച് പ്രേമസ്വരൂപനായി. വിവാഹിതരായ അവർക്ക് ഇല്വലൻ, വാതാപി എന്നിങ്ങനെ രണ്ട് പുത്രന്മാർ ഉണ്ടായി. ഋഷിപുത്രന്മാർ ആയിരുന്നിട്ടും അസുരസ്ത്രീയുടെ മക്കളായ ഇവർ അസുരന്മാരായിട്ടാണ് അറിയപ്പെട്ടിരുന്നത്.

അജമുഖി വലിയ ഭക്തയായിരുന്നു. കാശി വിശ്വനാഥ ക്ഷേത്രത്തിൽ അവൾ പതിവായി ദർശനം നടത്തുമായിരുന്നു. ഒരിക്കൽ അവിടെ ക്ഷേത്രദർശനത്തിനെത്തിയ അവൾ ഇന്ദ്രപത്നിയായ ശചീദേവിയെ കണ്ടുമുട്ടി. ശചീദേവിയുമായി അവൾ ഏറെ നേരം സംസാരിച്ചു. സംസാരമദ്ധ്യേ തന്റെ വീരനായ സഹോദരൻ ശൂരപത്മാവിനെപ്പറ്റി അജമുഖി പരാമർശിച്ചു. ലോകവീരനായ അദ്ദേഹത്തെ ഭർത്താവായി സ്വീകരിക്കണമെന്ന് അജമുഖി ശചീദേവിയോട് അഭ്യർത്ഥിച്ചു. ഭർത്താവായ ഇന്ദ്രനിൽ നിഷ്ഠയുള്ള തനിക്ക് പരപുരുഷന്മാരെപ്പറ്റി ചിന്തിക്കുവാൻ തന്നെ കഴിയില്ലെന്ന് ശചീദേവി അറിയിച്ചു. ഏറെ നിർബന്ധിച്ചിട്ടും ഫലമില്ലെന്നു കണ്ടപ്പോൾ അജമുഖി ശചീദേവിയെ ബലമായി പിടിച്ച് കൊണ്ടുപോകാൻ ശ്രമിച്ചു. ശചീദേവി വാവിട്ടു കരഞ്ഞു. രക്ഷക്കായി കാശി വിശ്വനാഥനോട് മനമുരുകി പ്രാർത്ഥിച്ച ശചീദേവിയുടെ മുമ്പാകെ പരമശിവൻ

പ്രത്യക്ഷനായി. അജമുഖിയുടെ കരുത്തുറ്റ കരങ്ങൾ പരമശിവൻ ഛേദിച്ചു.

തന്റെ സഹോദരിയുടെ കരങ്ങൾ ഛേദിച്ചതറിഞ്ഞ് ശൂരപത്മാവ് ക്ഷുഭിതനായി. അയാൾ ദേവന്മാരെയും ബ്രഹ്മാവിനെയും ആക്രമിച്ച് കീഴ്പ്പെടുത്തുകയും കുറെ ദേവന്മാരെയും ബ്രഹ്മാവിനെത്തന്നെയും തടവിലാക്കുകകയും ചെയ്തു. അവസാനം ബ്രഹ്മാവ് അജമുഖിയുടെ ഛേദിക്കപ്പെട്ട കരങ്ങൾക്ക് പകരം കരങ്ങൾ വച്ചു കൊടുത്തു. അസുരശക്തിയുടെ മുമ്പാകെ ദേവന്മാർക്ക് പലപ്പോഴും മുട്ടുമടക്കേണ്ടിവന്നിട്ടുണ്ട്. ദുർവ്വാസാവിന്റെ ഭാര്യയായ അജമുഖിയ്ക്ക് പ്രത്യേക പരിഗണന കല്പിച്ചിരിക്കും. ശക്തന്മാരും ഉന്നതന്മാരും തെറ്റുചെയ്താൽ അവരെ ശിക്ഷിക്കുക എളുപ്പമല്ലല്ലോ! സാക്ഷാൽ ദേവേന്ദ്ര പതി പീഡനത്തിനിരയായിട്ടും ദേവന്മാർ നിസ്സഹായത പ്രകടിപ്പിച്ചതായി കാണുന്നു.

കാശി വിശ്വനാഥക്ഷേത്രത്തിന്റെ പഴമയും മാഹാത്മ്യവും വ്യക്തമാക്കുന്ന കഥകൂടിയാണിത്. ദേവശ്രേഷ്ഠരും അസുരശ്രേഷ്ഠരും ഒരുപോലെ ഇവിടെ ദർശനത്തിനെത്തിയിരുന്നു. ദേവാംശമുള്ള മനസ്സുകളെ അസുരശക്തിയുടെ പിടിയിൽ നിന്നും ഭഗവാൻ രക്ഷിച്ചുപോരുന്നു. എങ്കിലും അസുര ശക്തി ക്ഷയിക്കുന്നില്ല. അത് വീണ്ടും വീണ്ടും ദേവത്വത്തെ കീഴ്പ്പെടുത്തിക്കൊണ്ടിരിക്കുന്നു. മനുഷ്യമനസ്സുകളിൽ നന്മയും തിന്മയുമുണ്ട്. ഇവ തമ്മിൽ നിരന്തരം സംഘർഷം നടക്കുന്നു. നന്മ പലപ്പോഴും വിജയിക്കുന്നു. എന്നാൽ തിന്മ ഒരിക്കലും ഉൻമൂലനം ചെയ്യപ്പെടുന്നില്ലായെന്നതാവണം ഈ കഥയുടെ പ്രതീകാർത്ഥം. തിന്മക്കെതിരെ നിരന്തരം ജാഗ്രതവച്ചു പുലർത്തുകയെന്നതാണ് സാത്വികന്റെ ധർമ്മമെന്ന് ഈ കഥ ഉദ്ബോധിപ്പിക്കുന്നു.

കശ്യപപുത്രന്മാരായ ദേവന്മാരും അസുരന്മാരും കുറെയൊക്കെ ഇണങ്ങിയും കുറെ ഏറെ പിണങ്ങിയുമാണ് കഴിഞ്ഞിരുന്നതെന്ന് നമുക്കറിയാം. ഇവരുടെ മാതാക്കളായ ദിതിയും അദിതിയും സഹോദരിമാരായിരുന്നു. കുറഞ്ഞപക്ഷം കശ്യപ പത്നിമാരാകുന്നതുവരെയെങ്കിലും അവർ പരസ്പര സ്നേഹത്തോടെ കഴിഞ്ഞിരുന്നതായി കരുതാം. പിന്നീട് തെറ്റിദ്ധാരണ കൊണ്ടും അസൂയ കൊണ്ടും ഇവരുടെ ഇടയിൽ ശത്രുതയുണ്ടായി. വൃത്രാസുരന്റെ കാലത്തും മഹാബലിയുടെ കാലത്തും പാലാഴി മഥനകാലത്തും കുറെ നാൾ ദേവാസുരന്മാർ ഒരുമിച്ചു പ്രവർത്തിച്ചു. ഇരു കൂട്ടരും തമ്മിൽ വിവാഹബന്ധങ്ങളും ഉണ്ടായിട്ടുണ്ട്. ശ്രീകൃഷ്ണ പുത്രനായ പ്രദ്യുമ്നൻ അസുരസ്ത്രീയായ മായാവതിയെ വിവാഹം കഴിച്ചു. പ്രദ്യുമ്നന്റെ മകൻ അനിരുദ്ധൻ മഹാബലിയുടെ പുത്രനായ ബാണാസുരന്റെ മകൾ ഉഷയെ

വിവാഹം കഴിച്ചു. മഹർഷി ദുർവാസാവ് അജമുഖിയെന്ന അസുര സ്ത്രീയെ വിവാഹം കഴിച്ചു. അസുര രാജകുമാരി ശർമ്മിഷ്ഠയും അവളുടെ സഖിയും അസുരഗുരു ശുക്രാചാര്യരുടെ മകളുമായ ദേവയാനിയും യയാതിയുടെ ഭാര്യമാരായി. അപ്പോൾ കശ്യപപുത്രന്മാരായ ദേവന്മാരും അസുരന്മാരും മനുഷ്യരുമൊക്കെ സഹവർത്തിത്വത്തിൽ കഴിഞ്ഞതിന് ഏറെ ഉദാഹരണങ്ങളുണ്ട്.

●

ബന്ധുവായ രാജാവ്

ബഭ്രുവാഹനൻ ത്രേതായുഗത്തിൽ മഹോദയപുരം എന്നു കൂടി അറിയപ്പെട്ടിരുന്ന കന്യാകുബ്ജത്തിലെ രാജാവായിരുന്നു. പ്രജാവത്സലനായിരുന്ന ഇദ്ദേഹം യജ്ഞം, ദാനം, വ്രതം, തീർഥയാത്ര എന്നിവയിൽ ഏറെ തല്പരനായിരുന്നു. അദ്ദേഹം ധനം, ശരീരം, മനസ്സ് എന്നിവ കൊണ്ട് പ്രജകളെ പാലിച്ചു പോന്നു. വന്യജീവികളുടെ ഉപദ്രവം അസഹ്യമാണെന്ന് പ്രജകൾ സങ്കടം ഉണർത്തിച്ചപ്പോൾ രാജാവ് നായാട്ടു നടത്തുവാൻ തീരുമാനിച്ചു. അങ്ങനെ ഒരു ദിവസം ബഭ്രുവാഹനൻ സൈന്യ സമേതം നായാട്ടിന് പുറപ്പെട്ടു. രാജകീയസംഘം കാടിളക്കി പല മൃഗങ്ങളെയും കൊന്ന് മുന്നേറി. ധനുർവിദ്യയിൽ പാരംഗതനായ ബഭ്രുവാഹനന്റെ പരാക്രമം കണ്ട് ഒരു പാവം മാൻ പകച്ചു നിന്നുപോയി. അധികം കഴിയും മുമ്പേ രാജന്റെ കൂർത്ത ശരം മാനിനെ ലക്ഷ്യമാക്കി പാഞ്ഞു. അമ്പേറ്റ മാൻ പ്രാണവേദനയോടെ ഓടി. രാജന്റെ ദൃഷ്ടിയിൽ നിന്നവൻ അപ്രത്യക്ഷനായി. പച്ചപുല്ലിൽ പതിച്ചിരിക്കുന്ന രക്ത ബിന്ദുക്കൾ അടയാളമായിക്കണ്ട് രാജാവ് അവനെ തിരഞ്ഞു. ഈ വ്യഗ്രതയിൽ രാജാവ് കൂട്ടം തെറ്റി. ക്രമേണ വിശപ്പും ദാഹവും ഘോരമായ ഏകാന്തതയും രാജാവിനെ അലട്ടി. അവിടെ കണ്ട ഒരു അരുവിയിലെ ജലം കുടിച്ച് ദാഹം അകറ്റിയ ശേഷം അദ്ദേഹം ഒരു ആലിൻചുവട്ടിൽ വിശ്രമിച്ചു. ക്ഷീണം നിമിത്തം രാജാവ് ഒന്നു മയങ്ങി.

പെട്ടന്നവിടൊരു സത്വം പ്രത്യക്ഷപ്പെട്ടു. വൃത്തികെട്ട, ജീർണ്ണിച്ച ശരീരമുള്ള, മുകളിലേക്ക് നീണ്ടു നിൽക്കുന്ന മുടികളുള്ള ആ രൂപത്തെ കണ്ട് രാജാവ് നടുങ്ങി. എങ്കിലും കടുത്ത ഏകാന്തതയനുഭവിക്കുന്നതിനിടയിൽ ഒരു ജീവിയെ കണ്ടെത്തിയതിൽ അദ്ദേഹത്തിന് സന്തോഷം തോന്നി. ഒരു മനുഷ്യനെ അവിടെ കണ്ടതിന്റെ സന്തോഷം ആ സത്വത്തിനും ഉണ്ടായിരുന്നു. ആ

രൂപം രാജാവിനോടിങ്ങനെ സംസാരിച്ചു- "പുണ്യാത്മാവായ രാജൻ, താങ്കളുടെ പുണ്യദർശനം നിമിത്തം എനിക്ക് ഈ പ്രേതരൂപം ഉപേക്ഷിക്കുവാൻ ഇടയാകുന്നു. അവിടുത്തേക്ക് നന്ദി, പ്രണാമം." ഈ പ്രേതം തന്നെ എങ്ങനെ തിരിച്ചറിഞ്ഞുവെന്ന് രാജാവിന് അത്ഭുതം തോന്നി. അദ്ദേഹം ചോദിച്ചു-"സഹോദരാ, എന്താണ് താങ്കളുടെ പ്രശ്നം. താങ്കൾ അഭിശപ്തനാണോ? ദാനധർമ്മങ്ങൾ അനുഷ്ഠിച്ചാൽ മാറാത്ത ശാപമില്ല. താങ്കൾ എന്തു പാപമാണ് ചെയ്തത്? നാം എന്ത് ദാനം ചെയ്താലാണ് താങ്കൾക്ക് പാപമുക്തിയുണ്ടാകുക?"

രാജാവിന്റെ കനിവാർന്ന സംസാരത്തിൽ ആകൃഷ്ടനായ അയാൾ തന്റെ ചരിത്രം ബഭ്രുവാഹനനെ പറഞ്ഞു കേൾപ്പിച്ചു. വിദിശയിലെ ഒരു വൈശ്യൻ ആയിരുന്ന എന്റെ പേര് സുദേവൻ എന്നായിരുന്നു. ദേവതകളെയും പിതൃക്കളെയും തൃപ്തരാക്കാൻ വേണ്ടതെല്ലാം വിധിയാംവണ്ണം ഞാൻ ചെയ്തു. ബ്രാഹ്മണർക്കും പാവപ്പെട്ടവർക്കുമെല്ലാം യഥേഷ്ടം ഞാൻ ദാനം ചെയ്തു. പക്ഷേ, ദാനപുണ്യമൊന്നും അനുഭവിക്കാനുള്ള യോഗം എനിക്കുണ്ടായില്ല. എന്റെ ഇഹലോകജീവിതം അവസാനിച്ചപ്പോൾ പുത്രന്മാരോ മറ്റ് ഉറ്റ ബന്ധുക്കളോ എനിക്ക് ഉണ്ടായിരുന്നില്ല. അതുകൊണ്ട് എനിക്ക് പിണ്ഡം വയ്ക്കുവാൻ ആരുമുണ്ടായിരുന്നില്ല. രാജൻ, ഷോഡശസംവത്സരം ശ്രാദ്ധം ലഭിക്കാത്ത ജീവൻമുക്തന് പ്രേതമാകേണ്ടിവരുമെന്ന് അറിയാമല്ലോ? മറ്റെന്തുണ്ടായിട്ടും കാര്യമില്ല. അതുകൊണ്ട് പുണ്യാത്മാവായ താങ്കൾ എനിക്കുവേണ്ടി ശ്രാദ്ധം ചെയ്യണം. അങ്ങനെയെങ്കിൽ എനിക്ക് ഈ അവസ്ഥയിൽ നിന്ന് എന്നെന്നേക്കുമായി മോക്ഷം ലഭിക്കും. 'മക്കളും ഉറ്റവരും ഇല്ലാത്ത സുദേവന് ശ്രാദ്ധം ചെയ്യുവാനുള്ള അവകാശം നമുക്കുണ്ടോ?' രാജാവ് ചോദിച്ചു. താങ്കൾ രാജാവായതുകൊണ്ട് നാല് ജാതിക്കാർക്കും (ചാതുർവർണ്യം) ഉറ്റ ബന്ധുവാണ്. അതുകൊണ്ട് താങ്കൾക്കതിനർഹതയുണ്ട്. നിർമ്മല ജലത്താലും മധുരഫലങ്ങളാലും ശുദ്ധ പ്രകൃതിയാലും അനുഗൃഹീതമായ ഈ പ്രദേശത്ത് കഴിയുമ്പൊഴും എനിക്കിതൊന്നും പ്രാപ്തമല്ല. ഈ വനത്തിലെ ജീവജാലങ്ങളെയൊന്നും സ്നേഹിക്കുവാനും എനിക്ക് കഴിയുന്നില്ല. അതു കൊണ്ട് എന്റെ ഈ അഭിശപ്തരൂപം എന്നെന്നേക്കുമായി എന്നെ വിട്ടു മാറുന്നതിനായി താങ്കൾ എനിക്കുവേണ്ടി നാരായണ ബലിയും വിഷ്ണുപൂജയും നടത്തണം. ബ്രഹ്മാവിനെയും വിഷ്ണുവിനെയും ശിവനെയും പ്രതിഷ്ഠിച്ച് അർച്ചന ചെയ്യണം. ദേവന്മാരെ തൃപ്തിപ്പെടുത്തുവാനായി അഗ്നിയിൽ ഹവിസ് അർപ്പിക്കണം. അതിനുശേഷം ബ്രാഹ്മണർക്കായി പതിമൂന്ന് ചുവട് മണ്ണ് ദാനം ചെയ്യണം. പ്രേതത്തെ ആവാഹിക്കാനായി ഒരു

മൺകുടവും ദാനം ചെയ്യണം. ഇവർ ഇത്രയും സംസാരിച്ചപ്പോഴേക്കും രാജാവിനെ തേടിനടന്ന അനുയായി സംഘം അവിടെയെത്തി. രാജാവിന് അമൂല്യമായ ഒരു രത്നം സമ്മാനിച്ചിട്ട് സുദേവൻ അപ്രത്യക്ഷനായി. കൊട്ടാരത്തിൽ തിരിച്ചെത്തിയ ഉടൻ ബഭ്രുവാഹനൻ സുദേവനുവേണ്ട കർമ്മങ്ങളെല്ലാം ചെയ്തു. രാജ്യത്തെ നാനാ ജാതി ജനത്തിന് മാത്രമല്ല, പ്രകൃതിയിലെ എല്ലാ ജീവജാലങ്ങളുടേയും ഉറ്റ ബന്ധുവായി മാറാനുള്ള മനോനില രാജാവിന് കൈവന്നു.

●

അവലംബം- ഗരുഡപുരാണം.

അസുരപുരം

അന്താരാഷ്ട്ര ബഹിരാകാശ നിലയത്തിന്റെ പ്രവർത്തനങ്ങളുമായി ആധുനിക ശാസ്ത്രജ്ഞന്മാർ മുൻപോട്ട് പൊയ്കൊണ്ടിരിക്കുകയാണ്. എന്നാൽ നമ്മുടെ അസുരന്മാർ പണ്ട് ത്രിപുരം എന്ന പേരിൽ അന്തരീക്ഷത്തിലും ബഹിരാകാശത്തുമായി മൂന്ന് നിലയങ്ങൾ സ്ഥാപിച്ചിരുന്നു. ഈ നിലയങ്ങൾ തമ്മിൽ വാർത്താവിനിമയ സംവിധാനങ്ങളും ഉണ്ടായിരുന്നു. ത്രിപുരത്തിൽ കേന്ദ്രീകരിച്ചുകൊണ്ട് അവർക്ക് ഏത് ലക്ഷ്യത്തെയും ആക്രമിക്കുവാൻ സാധിക്കുമായിരുന്നു. താരകാസുരന്റെ പുത്രന്മാരായ കമലാക്ഷൻ, താരകാക്ഷൻ, വിദ്യുന്മാലി എന്നിവർക്കായി അസുരശില്പിയായ മയനാണ് ത്രിപുരം സൃഷ്ടിച്ചത്. കറങ്ങിക്കൊണ്ടിരിക്കുന്ന ത്രിപുരങ്ങൾ ആയിരം വർഷത്തിലൊരിക്കൽ തമ്മിലടുക്കുകയും ഒരേ നേർരേഖയിൽ വരികയും ചെയ്യുമായിരുന്നു. ത്രിപുരത്തിന്റെ സൃഷ്ടിയോടെ അസുരന്മാർക്ക് ദേവന്മാരേക്കാൾ ശക്തി ഉണ്ടായി. അവർ അവിടെ കഴിയുന്നത് ദേവന്മാർക്ക് സഹിക്കാനായില്ല. ത്രിപുരത്തിന്റെ നിയന്ത്രണം മഹാബലിയുടെ പുത്രനായ ബാണാസുരന് നൽകപ്പെട്ടിരുന്നു.

പുരങ്ങൾ തമ്മിലടുക്കുന്ന കാലത്ത് (ആയിരം വർഷത്തിലൊരിക്കൽ) മാത്രമേ അതിനെ നശിപ്പിക്കുവാൻ സാധിക്കുമായിരുന്നുള്ളൂ. ബ്രഹ്മാവിൽ നിന്നും വരം നേടി ത്രിപുരത്തിൽ വസിച്ചിരുന്ന കമലാക്ഷൻ, താരകാക്ഷൻ, വിദ്യുന്മാലി എന്നിവർക്ക് ആയിരം വർഷത്തിലൊരിക്കൽ മാത്രമെ പ്രാണഭയം ഉണ്ടാകുമായിരുന്നുള്ളൂ. അസുരന്മാരാൽ പീഡിപ്പിക്കപ്പെടുന്നതായി ദേവേന്ദ്രൻ പരാതിപ്പെട്ടു. അവസാനം പരാതിയുമായി ഇന്ദ്രൻ ദേവദേവനായ ശ്രീപരമേശ്വരനെ സമീപിച്ചു. പരാതികേട്ട ശിവൻ തന്റെ പരാധീനതകൾ അറിയിച്ചു. ത്രിപുരവാസികളെ വധിക്കുവാൻ താൻ അശക്തനാണെന്ന് അദ്ദേഹം പറഞ്ഞു. ദേവതകൾ നിർബന്ധിച്ചപ്പോൾ അവരുടെ പകുതി ശക്തി

കൂടി ശിവൻ ആവാഹിച്ചെടുത്തു. ത്രിപുരം തകർക്കാൻ പദ്ധതിയിട്ട് വൻപിച്ച ഒരുക്കങ്ങളോടെ ശിവനും ദേവതകളും നർമ്മദാ തീരത്തുള്ള മഹേശ്വരം എന്ന സ്ഥലത്തെത്തി. ത്രികൂടത്തിന്റെ ഭ്രമണപഥവുമായി ബന്ധപ്പെടുത്തി നോക്കുമ്പോൾ ആക്രമിക്കുവാൻ പറ്റിയ സ്ഥലം ഇതായിരുന്നു. സാധാരണ അമ്പും വില്ലും കൊണ്ടൊന്നും ത്രിപുരത്തെ തകർക്കാനാവില്ല. അതുകൊണ്ട് പണ്ട് പാലാഴികടയുവാൻ കടകോലായി ഉപയോഗിച്ച മന്ധര പർവ്വതത്തെ പള്ളിവില്ലായും വാസുകിയെ ഞാണായും വിഷ്ണുവിനെ ബാണമായും തെരഞ്ഞെടുത്തു. ബാണത്തിന്റെ മുനയിൽ അഗ്നിദേവനെ ഇരുത്തി. കടയ്ക്കൽ വായുഭഗവാനെയും. ത്രിപുരസംഗമസമയത്തു മാത്രമേ ബാണം പ്രയോഗിച്ചു നോക്കുവാൻ കഴിയുകയുള്ളുവെന്നതിനാൽ സർവ്വസന്നാഹങ്ങളുമായി ശിവൻ ആയിരത്തോളം വർഷം കാത്തിരുന്നു. അവസാനം മൂന്ന് പുരങ്ങളും അടുത്തടുത്ത് വരികയും ഒരേ നേർരേഖയിൽ ആകുകയും ചെയ്തപ്പോൾ ശിവൻ അസ്ത്രമയച്ചു. ത്രിപുരം കത്തിയെരിഞ്ഞ് ഇല്ലാതായി.

ബഹിരാകാശ നിലയങ്ങൾ സ്ഥാപിക്കുക, പ്രപഞ്ചത്തിന് ഭീഷണിയുണ്ടാകുമ്പോൾ അത് തകർത്തു കളയുക തുടങ്ങിയ ചിന്തകൾ ഭാരതത്തിൽ പണ്ടേയുണ്ടായിരുന്നു. ആകാശത്തോ ബഹിരാകാശത്തോ സുരക്ഷിതമായി വസിക്കുകയെന്ന നമ്മുടെ ചിന്തക്കും പഴക്കമേറെയുണ്ട്. പരീക്ഷണങ്ങൾക്കും സാഹസങ്ങൾക്കും അസുരന്മാരായിരുന്നു മുമ്പന്മാർ. അഥവാ കഠിന പരീക്ഷണങ്ങൾക്കിറങ്ങിതിരിക്കുന്ന സാഹസികരെ അസുരന്മാർ എന്ന് വിളിച്ചിരുന്നു.

●